‘கைவினைத் தொழில்கள் மூலமான தேசிய கிராமப்புறக் கல்வித் திட்டம்’ என்ற இலக்குடன் மகாத்மா காந்தி முன்வைத்த கல்வித் திட்டம். நயீ தாலீம் (Nayi Thaleem) என்று அறியப்பட்ட கல்வித் திட்டம். பிரபல கல்வியாளரும் பின்னாளில் தேசத்தின் ஜனாதிபதியுமான ஜாஹிர் ஹுசேன் தலைமையில் வினோபா பாவே, ஜே.சி.குமரப்பா முதலான பலர் கூடி 1937 வாக்கில் உருவாக்கிய கல்வித் திட்டம். தமிழகத்தில் ராஜாஜி அறிமுகப் படுத்த விரும்பிய புதிய கல்விக் கொள்கைத் திட்டத்தின் முன்னோடி.

காந்தியக் கல்வி

ஜாஹிர் ஹுசேன் அறிக்கை

தமிழில்: B.R. மகாதேவன்

கிழக்கு

காந்தியக் கல்வி
Gandhiya Kalvi

First Edition: December 2023
184 Pages
Printed in India.

ISBN : 978-93-86737-96-0
Kizhakku - 1354

Kizhakku Pathippagam
177/103, First Floor, Ambal's Building, Lloyds Road,
Royapettah, Chennai - 600 014. Ph: +91-44-4200-9603
Email : support@nhm.in Website : www.nhm.in

kizhakkupathippagam kizhakku_nhm

Kizhakku Pathippagam is an imprint of New Horizon Media Private Limited

ஜாஹிர் ஹுசேன் குழு

தலைவர்: ஜாஹிர் ஹுசேன்

உறுப்பினர்கள்: கே.குலாம் சையதீன்,
கே.டி.ஷா, வினோபா பாவே, காகா கலேல்கர்,
கிஷோர்லால் மஷ்ருவாலா, ஜே.சி.குமரப்பா,
ஸ்ரீ கிருஷ்ணதாஸ் ஜாஜு, ஸ்ரீமதி ஆஷா தேவி

ஒருங்கிணைப்பாளர்: ஏ.டபிள்யூ.அரியநாயகம்

உள்ளே

முன்னுரை

டாக்டர் ஜாஹிர் ஹுசேனும் அவருடைய குழுவினரும் தேசிய அடிப்படைக் கல்வி என்ற பெயரில் உருவாக்கிய துண்டுப் பிரசுரம் ஆயிரம் பிரதிகள் விற்றுத் தீர்ந்துவிட்டது என்ற தகவலானது, இந்த விஷயம் இந்தியா மற்றும் வெளி நாடுகளில் கணிசமான ஆர்வத்தைத் தூண்டியிருக்கிறது என்பதைத் தெரியப்படுத்துகிறது. அவர்கள் உருவாக்கிய கல்வித் திட்டத்துக்கு 'கைவினைத் தொழில்கள் மூலமான தேசிய கிராமப்புறக் கல்வித் திட்டம்' என்ற பெயர் கொஞ்சம் வசீகரமற்றது என்ற போதிலும் அதுவே மிகவும் பொருத்தமானதாக இருந்திருக்கும்.

'கிராமப்புறம்' என்பது உயர் கல்வி அல்லது ஆங்கிலக் கல்வி என்றழைக்கப்படும் கல்வி சாராத வேறு கல்வித் திட்டத்தைக் குறிக்கிறது. 'தேசிய' என்றால் இன்றைய நிலையில் அஹிம்சை மற்றும் சத்தியத்தையே குறிக்கிறது. 'கிராமப்புறக் கைவினைத் தொழில்கள் மூலமாக' என்றால், ஒவ்வொரு கிராமப்புற ஆசிரியரும் எந்தவித புற அல்லது மேலிருந்து திணிக்கப்படும் கெடுபிடிகள், குறுக்கீடுகள் இல்லாமல் தமது சூழல் சார்ந்து ஏதேனும் கைவினைக் கலை அல்லது தொழிலை அடிப்படையாகக் கொண்டு தமது கல்வித் திட்டத்தை வடிவமைத்துக்கொள்ளலாம் என்பதைக் குறிக்கிறது. இந்தக் கோணத்தில் இந்தக் கல்வித்திட்டம், கிராமப்புற சிறுவர்களின் கல்வியில் மாபெரும் புரட்சியை உருவாக்கப் போகிறது.

மிகச் சிறந்த கல்வியாளர்கள் தீவிர ஆய்வுகளுக்குப் பின் இந்தக் கல்வித் திட்டத்தை உருவாக்கியிருக்கிறார்கள். இதைப் படிக்க ஆரம்பிப்பதற்கு முன் நான் சொன்ன இந்த விஷயங்களை மனதில் வைத்துக்கொள்ளுங்கள். அது, இந்தத் திட்டத்தைப் படித்து உள்வாங்கிக்கொள்ளப் பெரிதும் உதவியாக இருக்கும்.

வார்தா, 28, மே, 1938 **எம்.கே.காந்தி**

வார்தா தீர்மானம்

வார்தா தேசியக் கல்வி மாநாட்டில் நிறைவேற்றப்பட்ட தீர்மானம்: 22-23 டிசம்பர் 1937

1. தேசம் முழுவதும் உள்ள குழந்தைகளுக்கு இலவச, கட்டாயக் கல்வி ஏழு ஆண்டுகள் கிடைக்க வழி செய்யவேண்டும்.
2. தாய் மொழியே பயிற்று மொழியாக இருக்கவேண்டும்.
3. ஆரம்பப் பள்ளிக் கல்வி உடல் உழைப்பு மற்றும் ஆக்கபூர்வ கைவினைத் தொழில் சார்ந்ததாக இருக்கவேண்டும். மாணவர்களின் வாழ்க்கைச் சூழலுக்கு ஏற்ற கைவினைத் தொழிலைத் தேர்ந்தெடுத்து அதை மையமாகக் கொண்டு பிற கலைகள், அறிவுகள் எல்லாம் கற்றுத் தரப்படவேண்டும் என்று மகாத்மா காந்தி சொன்னதை இந்தத் தீர்மானம் ஆதரிக்கிறது.
4. இந்தக் கைவினைத் தொழில் மூலமான வருமானமானது காலப்போக்கில் ஆசிரியர்களின் சம்பளத்தை ஈடுகட்டும் அளவில் பெருகிவிடும் என்று இந்த மாநாடு எதிர்பார்க்கிறது.

முகவுரை

மகாத்மாஜி,

23, அக், 1937ல் நடைபெற்ற வார்தா மாநாட்டில் நிறைவேற்றப் பட்ட தீர்மானத்தின் அடிப்படையில் ஆரம்ப அடிப்படைக் கல்விக்கான செயல்திட்டத்தை வடிவமைக்க நியமிக்கப்பட்ட குழு தயாரித்த அறிக்கையைச் சமர்ப்பிப்பதில் மிகுந்த பெருமை யடைகிறேன். அந்தக் குழுவில் இடம்பெற்றிருந்த உறுப்பினர்கள் அனைவரும் 24 அக்டோபர் அன்று உங்களைச் சந்தித்து ஆரம்ப கட்ட விஷயங்களைக் கலந்து பேசியிருந்தார்கள்.

நவம்பர் 2, 3 தேதிகளில் அந்தக் குழு வார்தாவில் கூடிப் பேசியது. திரு கே.டி.ஷா முக்கிய பணி இருந்தால் அன்று வரமுடியவில்லை. நவம்பர் 22,23,24 தேதிகளில் மீண்டும் கலந்தாலோசித்தது. அந்தக் கூட்டத்துக்கு பேராசிரியர் சையதீன் வரமுடியாமல் போயிருந்தது. பேரா.கே.டி.ஷா கருத்தாய்வுக் கூட்டத்தின் முதல் நாள் மட்டும் கலந்துகொண்டிருந்தார். கலந்துரையாடல் மிகவும் இதமாக, பண்புடன் நடைபெற்றது. அனைத்து உறுப்பினரும் தங்களால் முடிந்த அளவுக்கு சிறப்பாகச் செயல்படவேண்டும் என்ற உறுதியுடன் இருந்தனர்.

நாங்கள் அந்த ஆலோசனைக்கூட்ட விவரங்கள் குறித்து எந்த ஆவணமும் பதிவு செய்திருக்கவில்லை. ஆனால், பல நண்பர்கள் கல்வி தொடர்பான பல கருத்துகளை எங்களுக்கு அனுப்பி இருந்தனர்.

நாங்கள் இங்கு சமர்ப்பிக்கும் இந்த அறிக்கையில் இருக்கும் குறைகள் எங்களுக்கு நன்கு தெரிந்துதான் இருக்கிறது. எங்களுடைய செயல் எல்லைகள், போதிய கால அளவு இல்லாத நிலை இவற்றால், நாங்கள் நினைத்த அளவுக்குச் செயல்பட முடியாமல் போய்விட்டது. குறிப்பாக, நூற்பு மற்றும் நெசவு தொடர்பான பாடத் திட்டத்தை மட்டுமே தயாரிக்க முடிந்திருக்கிறது. இதுபோன்ற வேறு பல கைவினைத்தொழிலை

மையமாகக் கொண்ட பாடத்திட்டத்தையும் கால அவகாசம் கூடுதலாக இருந்திருந்தால் எங்களால் உருவாக்கியிருக்கமுடியும்.

இந்தக் கைவினைத் தொழில் போலவே அல்லது இவற்றைவிட அதிக கல்வி வாய்ப்புகள் கொண்ட பிறவற்றுக்கு நாங்கள் முக்கியத்துவம் தரவில்லை என்ற பழிச்சொல்லைத் தவிர்க்க வேண்டும் என்று விரும்புகிறோம். விரைவிலேயே விவசாயம் மற்றும் தோட்டக்கலையை மையமாக வைத்தும் ஒரு பாடத்திட்டத்தை வடிவமைத்து உங்களிடம் சமர்ப்பிக்கத் திட்டமிட்டிருக்கிறோம்.

பல பிராந்திய அரசுகள் இவற்றுக்குத் தேவையான நூல்கள், ஆவணங்கள் ஆகியவற்றைத் தந்து உதவியிருக்கின்றன. அவர்களுக்கு எங்களுடைய நன்றிகள். குறிப்பாக, மத்திய பிராவின்ஸ் அரசாங்கமானது கல்வித்துறை அதிகாரி, விவசாயத்துறை அதிகாரி ஆகியோரை எங்களுடைய முயற்சிகளுக்கு உதவும்படிக் கேட்டுக் கொண்டிருந்தது. அவர்களுக்குத் தனி நன்றிகள்.

அரியநாயகம், ஸ்ரீமதி ஆஷா தேவி ஆகிய இருவரும் இந்தக் குழுவின் உறுப்பினர்கள் என்ற போதிலும் அவர்களுக்கும் நன்றி சொல்லியாகவேண்டும். இந்தக் குழுவின் செயல்பாடுகள் தொடர்பான எண்ணற்ற கடிதப் போக்குவரத்துகள், கலந்தாய்வுக் கூட்ட ஏற்பாடுகள், ஆவணப்படுத்தல் என அனைத்திலும் இவர்கள் செய்த பணி மிகவும் நன்றிக்குரியது.

அலிகர் முஸ்லிம் பல்கலைக்கழக ஆசிரியர் பெருமக்களுக்கு மிகுந்த நன்றி. அவர்களுடைய மனப்பூர்வமான ஒத்துழைப்புக்கும் அவர்களுடைய நிபுணத்துவம் சார்ந்த அறிவையும் நேரத்தையும் தேவைப்பட்ட போதெல்லாம் பயன்படுத்த அனுமதித்த பெருந்தன்மைக்கும் நன்றிகள்.

இந்த அறிக்கையில் சொல்லப்பட்டிருக்கும் திட்டமானது உங்கள் வழிகாட்டுதலின் மூலம் நம் தேசத்தில் மிக வலுவான கல்வி அமைப்பு உருவாக வழிகோலும் என்ற நம்பிக்கையுடன் உங்கள் முன் சமர்ப்பிக்கிறோம்.

மரியாதையுடன்

ஜாஹிர் ஹுசேன்
தலைவர்.

அடிப்படைக் கோட்பாடுகள்

இப்போதைய கல்வி அமைப்பு

நம் தேசத்தில் இப்போது நிலவிவரும் கல்வி அமைப்பைக் கண்டிப்பதில் இந்திய அளவில் ஒருமனதான கருத்தே நிலவி வருகிறது. கடந்த காலத்தில் தேசிய வாழ்க்கையின் உடனடியானதும் அழுத்தமானதுமான தேவைகளைப் பூர்த்தி செய்யமுடியாமல் போய்விட்டிருக்கிறது. தேசத்தின் வலிமையையும் எண்ணவோட்டத்தையும் முறையான திசையில் செலுத்தவும் முடியாமல் போய்விட்டிருக்கிறது. இன்று தேசிய மற்றும் சர்வ தேசிய வாழ்க்கையை வேகமான, விரிவான மாற்றங்கள் மாற்றியமைத்துவருகின்றன. அவை மக்களிடம் புதிய எதிர்பார்ப்புகளை உருவாக்கிவருகின்றன. இந்த நிலையில் நமது கல்வி அமைப்பு மந்தமாகச் செயல்பட்டுவருகிறது. மாறிவரும் புதிய சூழ்நிலைகளுக்கு ஏற்ப தகவமைத்துக்கொள்ள முடியாமல் தடுமாறி வருகிறது. இன்றைய சூழலின் யதார்த்த அம்சங்களுக்கு எதிர்வினையாற்றுவதாக இல்லை; படைப்பூக்கம் மிகுந்த லட்சியவாதம் மற்றும் ஜீவாதாரமான அம்சங்களால் உந்தப்பட்டதாகவும் இருக்கவில்லை.

தனி நபர்களை சமூகத்துக்கு ஆக்கபூர்வமாக பங்களிப்பவர்களாக வளர்த்தெடுப்பதில்லை. அவர்களை சொந்தக் காலில் நின்று, சமூகப் பணிகளில் செய் நேர்த்தியுடன் ஈடுபடுபவர்களாக ஆக்கமுடியவில்லை. கல்வி உருவாக்க வேண்டிய புதிய, கூட்டுறவு மிகுந்த சமூக அமைப்பு தொடர்பான கோட்பாடு எதுவும் அதனிடம் இல்லை. இன்றைய போட்டிகள் மலிந்த, ஏய்ப்பும் வன்முறையும் நிறைந்த, மனிதத் தன்மையற்ற அரசாங்கத்தை அகற்றுவது தொடர்பான கொள்கையும் அதனிடத்தில் இல்லை.

இதனால் இன்றைய கல்வி அமைப்பை மாற்றியமைக்க வேண்டும் என்ற குரல் எல்லாப் பக்கங்களில் இருந்தும் ஓங்கி ஒலிக்கின்றன. தேசிய வாழ்க்கையின் லட்சியங்களையும் அதன் அழுத்தமான

தேவைகளையும் பூர்த்தி செய்யும் வகையிலான ஆக்கபூர்வமான, மனித அம்சம் மிகுந்த கல்வி அவசியம்.

இந்தியச் சிறுவர்களுக்கு வடிவமைக்கப்படும் கல்வி, மேற்குலகில் பின்பற்றப்படும் கல்வியிலிருந்து சில அம்சங்களில் நிச்சயம் முற்றிலும் மாறுபட்டதாகவே இருக்கும். ஏனென்றால், மேற்கைப் போலல்லாமல், இந்தியா அமைதியைக் கொண்டுவர, முழுமையான சுதந்தரத்தை அடைய அஹிம்சையை ஆறத் தழுவியிருக்கும் தேசம். எனவே, நம் குழந்தைகளுக்கு அஹிம்சையின் மேன்மைகளைப் பற்றியே கற்றுத் தரவேண்டும்.

மஹாத்மா காந்தியின் தலைமை

பிற துறைகளைப் போலவே இந்தத் துறையிலும் மகாத்மா காந்தியின் தொலைநோக்குப் பார்வையுடனான வழிகாட்டுதல் முக்கியமான தருணத்தில் நமக்குக் கிடைத்திருக்கிறது. இந்தியர்களுக்கு என்னவிதமான கல்வித் திட்டத்தை நாம் உருவாக்கவேண்டும் என்பது தொடர்பாக அவர் முழு மனதுடனும் அர்ப்பண உணர்வுடனும் தன்னை ஈடுபடுத்திக்கொண்டிருக்கிறார். இந்தியர்களின் மேதமைத் திறமைகளுக்கு ஒத்திசைவுடன் இருக்கவேண்டும்; இந்தியர்கள் அனைவருக்குமான கல்வி என்ற இலக்கை நடைமுறையில் அடைய உதவுவதாக இருக்க வேண்டும்; குறைவான காலகட்டத்துக்குள் அமல்படுத்த முடிவதாக இருக்கவேண்டும் என்ற அனைத்து தேவைகளையும் பூர்த்திசெய்யும்படியான கல்வித் திட்டத்தை உருவாக்க அவர் முழு ஆர்வம் காட்டுகிறார்.

ஹரிஜன் இதழ்களிலும் வார்தா கல்வி மாநாட்டிலும் மகாத்மா முன்வைத்த கல்வித் திட்டத்தின் அடிப்படை அம்சம் என்னவென்றால், 'கல்வியானது கைவினைத்தொழில்கள், கலைகள் அல்லது உற்பத்தி சார்ந்த அணுகுமுறை மூலமே கற்றுத் தரப்படவேண்டும். பள்ளியில் கற்றுத் தரப்படும் அனைத்து விஷயங்களின் மையக் கருவாக தொழில்கள் மூலமான அணுகுமுறையே இருக்கவேண்டும்'.

பள்ளியில் கற்றுத் தரப்படும் தொழில் மூலம் கிடைக்கும் வருவாயானது ஆசிரியர்களுக்கான சம்பளத்தை ஈட்டிக் கொடுப்பதாக இருக்கவேண்டும். இப்படி இருந்தால்தான் அனைவருக்கும் இலவச, கட்டாய, அடிப்படைக் கல்வியை நாடு முழுவதும் உடனே கொடுக்க அரசுக்கு வழிபிறக்கும் என்று

மகாத்மா கருதுகிறார். இல்லையென்றால், இன்றைய அரசியல் மற்றும் நிதி நிலைமையைப் பொறுத்தவரையில் இப்படியான அனைவருக்குமான கல்விக்கு ஆகும் செலவை நம்மால் சமாளிக்கவே முடியாது.

பள்ளிகளில் கைவினைத் தொழில்

ஏதாவது ஒரு கைத்தொழிலினூடாகக் கல்வி கற்றுத் தரவேண்டும் என்பதில் நவீன கல்விச் சிந்தனைகள் எல்லாம் ஒருமனதாக, ஆதரவாகவே இருக்கின்றன. மாணவர்களுக்கு ஒருங்கிணைக்கப் பட்ட முழுமையான வளர்ச்சியைக் கொடுக்கும் கல்வியைத் தர இதுவே மிகவும் சிறந்த வழி என்று கருதப்படுகிறது.

உளவியல்ரீதியாக, இளம் பருவம் என்பது இயல்பாகவே ஏட்டுப் படிப்பு மற்றும் கோட்பாட்டு வழியிலான கல்வியை ஆரோக்கிய மான முறையில் எதிர்ப்பதாகவே இருக்கும். அந்தவகை ஏட்டுக் கல்வியின் கழுத்தை நெரிக்கும் ஆதிக்கத்திலிருந்து மாணவர்களை விடுவிக்க, தொழில்கள் மூலமான கல்வி பெரிதும் உதவும். தொழில் வழிக் கல்வியானது மாணவர்களின் புத்தக அறிவு மற்றும் செய்முறை தொடர்பான அனுபவங்களை சம அளவில் வளர்த்தெடுக்க உதவும். உடம்பையும் மனதையும் ஒருங்கே ஒத்திசைவுடன் பயிற்றுவிப்பதாகவும் இருக்கும்.

இந்தத் தொழில் வழிக் கல்வி மூலமாக ஒரு குழந்தைக்கு கைகளையும் அறிவையும் ஆக்கபூர்வமாக, உற்பத்தி சார்ந்து பயன்படுத்தும் வாய்ப்பு பெருகும். இல்லையென்றால் வெறுமனே புத்தகத்தில் அச்சிடப்பட்டிருப்பதை, வெறுமனே படிக்கும் மேலோட்டமான திறமை மட்டுமே வந்திருக்கும். பெரும்பாலும் அர்த்தம் புரியாமல் மனப்பாடம்தான் செய்துமிருப்பார்கள். எனவே, தொழில் வழிக் கல்வியையே ‘ஒரு மாணவரின் முழு ஆளுமையை வளர்த்தெடுக்கும் கல்வி’ என்று அழைக்க முடியும்.

இன்றைய காலகட்டத்தில் மூளை உழைப்பாளர்களையும் உடல் உழைப்பாளர்களையும் நம் சமூகம் முன்தீர்மானங்களுடன் ஏற்ற இறக்கத்துடன் பார்க்கிறது. தொழில் வழியிலான உற்பத்தி சார்ந்த கல்வியில் தேசத்தில் இருக்கும் அனைத்துக் குழந்தைகளும் ஈடுபடுவதன் மூலம் இந்த ஏற்றத்தாழ்வு சார்ந்த பார்வை மறைந்துபோகும். உடலுழைப்பு மீதான மரியாதை, சமூக ஒற்றுமை இவையெல்லாம் உருவாகும். அளவிடமுடியாத அளவுக்கான தார்மிக நன்மைகளை அது தரும்.

பொருளாதாரரீதியாகப் பார்த்தால், சிறப்பாக, நேர்த்தியாக அமல்படுத்தினால் இந்தத் தொழில் வழிக் கல்வி நமது உழைப்பாளர்களின் உற்பத்தியைப் பெருக்கும். தமது ஓய்வுநேரங்களை ஆக்கபூர்வமாகச் செலவிட வழிவகுக்கும்.

கல்வியை மட்டுமே அடிப்படையாகக் கொண்டு பார்த்தால், தொழில் வழியிலான அணுகுமுறையைப் பின்பற்றுவதால் மாணவர்கள் ஏட்டளவில் கற்றுக்கொள்பவற்றுக்கு வலுவான அடித்தளமும் நடைமுறைப் பயன்பாட்டு வாய்ப்பும் மிகுதியாகக் கிடைக்கும். கற்றுக் கொள்ளும் எந்தவொரு ஒரு விஷயத்தையும் வாழ்க்கையோடு தொடர்புபடுத்திக் கொள்ள உதவும். அவற்றின் ஒவ்வொரு அம்சமும் இன்னொன்றுடன் பொருத்திப் பார்த்துக் கொள்ளவும் உதவும்.

இரண்டு முக்கியமான நிபந்தனைகள்

இந்த நன்மைகள் எல்லாம் கிடைக்கவேண்டுமென்றால், இரண்டு நிபந்தனைகள் பூர்த்தியாகியாக வேண்டும். முதலாவதாக, ஒரு பள்ளி தேர்ந்தெடுக்கும் கைத்தொழில் அல்லது உற்பத்தியானது மிக அதிக விஷயங்களைக் கற்றுக்கொடுக்க வழிசெய்வதாக இருக்கவேண்டும்.முக்கியமான மனிதச் செயல்பாடுகள், விருப்பங்கள் ஆகியவற்றுடன் ஒத்திசைவுடன் இருக்கவேண்டும். அடுத்ததாக, ஒட்டுமொத்த பள்ளிக் கல்வியின் ஓர் அங்கமாகவும் அது இருக்கவேண்டும்.

இந்த அறிக்கையின் பின் பகுதியில் பள்ளிகள் எந்தத் தொழில் மூலமான கல்வியைக் கொடுக்கலாம் என்ற ஆலோசனையில் இந்த அம்சங்களுக்கே முக்கியத்துவம் தரப்பட்டிருக்கிறது. இந்தத் திட்டத்துடன் எந்த்வொருவகையிலாவது தொடர்பிலிருக்கும் அனைவரும் இந்த விஷயத்தைக் கருத்தில் கொள்ளவேண்டும் என்றும் கேட்டுக்கொள்கிறோம்.

ஏதாவது ஒரு தொழிலை எந்திரகதியில் செய்யும் தொழிலாளரை உருவாக்குவது இந்தக் கல்வித்திட்டத்தின் நோக்கமல்ல; மாறாக, கல்வி நோக்கங்களைப் பூர்த்தி செய்யக்கூடிய வழிமுறைகள் எந்தெந்தத் தொழில் கல்விகளில் உள்ளுறைந்து இருக்கிறது என்பதைக் கண்டு சொல்வதே இந்த அறிக்கையின் நோக்கம். இந்தத் தொழிலைக் கற்றுக் கொடுக்கும் வழிமுறையானது பள்ளிக் கல்வியின் ஓர் அங்கமாக இருப்பதோடு, பிற அனைத்துப் பாடங்களைக் கற்றுத் தரக்கூடிய வழிமுறைகளையும்

ஊக்குவிப்பதாகவும் இருக்கவேண்டும். கூட்டுறவுச் செயல் பாடுகள், திட்டமிடல், துல்லியத்தன்மை, தன் விருப்பத்துடனான முன் முயற்சிகள், தனிநபர் பொறுப்புணர்வுகள் ஆகியவற்றுக்கும் இந்தக் கல்வி முறையில் முக்கியத்துவம் தரப்படவேண்டும்.

இதைத்தான் மகாத்மா, 'ஒவ்வொரு கைத் தொழிலும் வெறுமனே இன்று செய்யப்படுவதுபோல் எந்திரகதியில் கற்றுத் தரப்படக் கூடாது. விஞ்ஞானபூர்வமாகக் கற்றுத் தரப்படவேண்டும். ஏன், எதற்காக ஒவ்வொன்றும் செய்யப்படுகின்றன என்பதை மாணவர்கள் தமது சொந்த அனுபவம் மற்றும் அவதானிப்புகள் மூலம் கற்றுக்கொள்ளும்படியாக இருக்கவேண்டும்' என்று குறிப்பிட்டிருக்கிறார்.

நெசவு, நூல் நூற்றல், தச்சு வேலை என ஏதேனும் ஒன்றை இன்று கற்றுத் தரப்படும் பிற பாடங்களுடன் வெறுமனே இன்னொரு பாடம் என்பதாகச் சேர்க்கக்கூடாது. அப்படிச் செய்தால், பாடங்கள் எல்லாம் காற்றுப் புகாத தனித் தனி அறைகளாகப் பிரிக்கப்பட்டு, முறையான புரிதல் எதுவும் இல்லாமல் போய்விடும் என்று உறுதியாக நம்புகிறோம்.

அடிப்படைக் கல்வித் திட்டம் உருவாக்கும் லட்சியக் குடிமகன்

இந்தத் திட்டத்தை நடைமுறைப்படுத்த முன்வரும் கல்வியாளர் களும் ஆசிரியர்களும் இந்தத் திட்டத்தில் லட்சியக் குடிமகன்களை உருவாக்கும் வழிமுறைகள் இருப்பதைத் தெளிவாகப் புரிந்துகொள்ளவேண்டும். நவீன இந்தியாவில் குடிமகன் உரிமை என்பது சமூக, அரசியல், பொருளாதார, கலாசாரத் தளங்களில் மிகுதியான ஜனநாயகத் தன்மை கொண்டதாக மலரவிருக்கிறது. புதிய தலைமுறை தனது பிரச்னைகள், உரிமைகள், கடமைகள் பற்றிக் கட்டாயம் தெரிந்துவைத்திருக்கவேண்டும்.

குடிமகன்கள் தமது உரிமைகள் மற்றும் கடமைகள் பற்றி அறிவார்ந்த புரிதலுடன் இருக்கவேண்டுமென்றால் குறைந்த பட்சக் கல்வியறிவு அவர்களுக்குக் கிடைத்தாகவேண்டும். முற்றிலும் புதியதொரு கல்வித் திட்டம் அதற்கு மிகவும் அவசியம்.

இரண்டாவதாக, நவீன காலகட்டத்தில் அறிவார்ந்த குடிமகன்கள் துடிப்பான சமூகத்தின் உறுப்பினராக இருக்கவேண்டும். நாகரிகமான சமூகத்தின் உறுப்பினர் என்ற வகையில் அவரிடம் எதிர்பார்க்கப்படும் கடமைகளை அவர் பூர்த்திசெய்தாகவேண்டும். ஒரு கல்வித் திட்டம் ஏழையோ பணக்காரரோ சுரண்டல்

வாதிகளையும் ஒட்டுண்ணிகளையும் உருவாக்குமென்றால் அந்தச் சமூகம் அழிவைச் சந்திக்கும்; சமூகத்தின் உற்பத்தித் திறனையும் செய்நேர்த்தியையும் சீர்குலைப்பதோடு அபாயகரமான ஒழுக்கக் கேடான மனநிலையையும் பெருகச் செய்யும்.

இந்த அடிப்படைக் கல்வித்திட்டமானது, கழிவு அகற்றும் தொழில் உட்பட அனைத்துவகையான உடல் உழைப்பையும் கௌரவமாக மதிக்கும் தொழிலாளர்களை உருவாக்கும் வகையில் வடிவமைக்கப்பட்டிருக்கிறது. தமது சொந்தக் காலில் நிற்க விரும்புபவர்களாகவும் நிற்க முடிபவர்களாகவும் அவர்களை இது வளர்த்தெடுக்கும்.

சமூகத்துக்குத் தேவையான வேலைகளோடு தொடர்புடைய பயிற்சிகள் பள்ளியில் கிடைக்கும். இதனால், பள்ளியை முடித்து விட்டு வெளியேறும்போது வெளி உலகை எதிர்கொள்வதற்கான மனோபாவம் மற்றும் விரிவான பார்வை ஆகியவற்றை மாணவர்கள் பெற்றுக்கொண்டுவிடமுடியும்.

இப்படியாக, நாங்கள் முன்வைக்கும் திட்டமானது, தமது முக்கியத்துவத்தைப் புரிந்துகொண்ட, பெருமிதமும் செயல் திறமும் மிகுந்த குடிமகன்களை உருவாக்கும். அவர்கள் கூட்டுறவு மனப்பான்மையுடன் சமூகத்தில் செயல்படவும் சுய முன்னேற்றத்தில் ஆர்வம் காட்டவும் வழிவகுக்கும்.

சுருக்கமாகச் சொல்வதென்றால் இந்தப் புதிய கல்வித் திட்டமானது, எளிதில் வளைக்க முடிந்த இளம் பருவத்தில் இருக்கும் மாணவர்கள் மனதில் சமூக சேவை மனப்பான்மையை விதைத்து, கூட்டுறவு மனப்பான்மை மிகுந்த சமூகத்தை உருவாக்குவதையே தன் லட்சியமாகக் கொண்டிருக்கிறது. பள்ளியில் கல்வி பெறும் காலகட்டத்திலேயே கூட அவர்கள் தேசிய கல்வித் திட்டம் எனும் மாபெரும் சத்திய சோதனையில் நேரடியாகவும் அனுபவபூர்வமாகவும் பங்குபெற முடிவதை மனமார உணர்ந்துகொள்ளவும் வழிபிறக்கும்.

தன்னிறைவான செயல் திட்டம்

இந்த தேசியக் கல்வித் திட்டத்தின் தன்னிறைவான தற்சார்பு அம்சங்கள் பற்றிக் கொஞ்சம் சொல்ல விரும்புகிறோம். இதுதொடர்பாக பலருக்கும் தவறான புரிதலே இப்போது இருக்கிறது.

வார்தா கல்வி மாநாட்டிலும் இந்த அறிக்கையிலும் விவரிக்கப்பட்டிருக்கும் அடிப்படைக் கல்வித் திட்டமானது தற்சார்பு மிகுந்ததாக இருந்தாகவேண்டும் என்பதை இங்கு தெளிவாகச் சுட்டிக்காட்ட விரும்புகிறோம். ஒருவேளை நடைமுறையில் ஏதேனும் ஒரு விஷயத்தில் அப்படி தற்சார்புடன் இந்தத் திட்டம் இருக்காமல் போனாலும் மிகச் சிறந்த கல்வித்திட்டம் என்ற வகையிலும் தேசிய மறு கட்டமைப்புக்கு மிகவும் அவசியமான அவசரத் தேவை என்ற வகையிலும் இந்தக் கல்வித் திட்டத்தை நாம் ஆதரித்தாகவேண்டும்.

இதில் ஒரு நல்ல விஷயம் என்னவென்றால், இந்த அடிப்படைக் கல்வித் திட்டமானது தன்னளவில் தற்சார்ப்பு மிகுந்ததாக, தனது செலவினங்களில் பெரும்பான்மையை தானே ஈட்டிக் கொள்வதாகவே இருக்கப் போகிறது. வார்தா மாநாடு பரிந்துரைத்திருக்கும் விஷயங்களை வைத்தேகூட இதை நிரூபித்துக் காட்டிவிடமுடியும் (நெசவு, நூற்பு தொடர்பான விரிவான பாடத்திட்டம் பற்றிப் பின்னர் விரிவாகப் பார்க்கப் போகிறோம்). ஒரு பள்ளியில் அறிமுகமாகவிருக்கும் நூற்பு மற்றும் நெசவுத்தொழில் தொடர்பாக ஏற்படவிருக்கும் செலவினங்கள் பற்றி இந்தச் செயல்திட்டம் தெளிவான புள்ளிவிவரங்களைத் தரவிருக்கிறது.

மகாத்மா காந்தியின் தலைமையின் கீழ் கடந்த 17 வருடங்களாக இந்தக் கைவினைத்தொழில் பிரிவில் மிக அற்புதமான நிபுணத்துவம் மிகுந்த பணிகள் நடைபெற்றுவந்திருக்கின்றன. எனவே இது தொடர்பான செலவினக் கணக்குகளைத் தயாரிப்பது எங்களுக்கு மிக மிக எளிதாகவே இருந்தது. மஹாராஷ்டிராவில் இருக்கும் அனைத்திந்திய நூற்பாளர்கள் அமைப்பு முன்வைத்திருக்கும் தரவுகளின் அடிப்படையில் இந்த சம்பளம், வருமானம் எல்லாம் தீர்மானிக்கப்பட்டிருக்கின்றன.

வேறு கைவினைத் தொழில்களின் அடிப்படையில் கல்வித்திட்டம் வடிவமைக்கப்படும்போது அந்தத் தொழில்களின் சந்தை வருமானம், செலவினங்கள் அடிப்படையில் இந்தக் கணக்கு வழக்குகள் தயாரித்துத் தரப்படும். எதிர்கால குடிமகன்களான மாணவச் செல்வங்கள் உற்பத்தி செய்து தரும் பொருட்களை, மேலே குறிப்பிடப்பட்டிருக்கும் விலையில் அரசங்கம் கொள்முதல் செய்து ஆதரிக்கவேண்டும் என்று மகாத்மா காந்தி ஆலோசனை வழங்கியிருக்கிறார். இதை எங்கள் குழுவினர் மனப்பூர்வமாக ஆதரிக்கிறோம்.

‘ஒவ்வொரு பள்ளியில் இருந்து உற்பத்தியாகிறவற்றை அரசாங்கம் கொள்முதல் செய்ய முன்வந்தால், ஒவ்வொரு பள்ளியும் தற்சார்புடன் தன்னிறைவாக இயங்க வழி பிறக்கும்’ என்று ஹரிஜன் 31, ஜூலை, 1937 இதழில் மகாத்மா குறிப்பிட்டிருக்கிறார்.

இந்த நிதி சார்ந்த கணிப்புகள் தாண்டி, முழுமையான, செய்நேர்த்தி மிகுந்த கல்வி வழங்கப்படுவதையும் மாணவர்களின் தொழில் நடவடிக்கைகளையும் தொடர்ந்து கண்காணித்துவரவேண்டும் என்றும் பரிந்துரைக்கிறோம். இப்படியான தொடர் கண்காணிப்புகள் இல்லையென்றால், தொழில்கள் மந்தகதியை அடைந்து கல்வி சார்ந்த எதிர்பார்ப்புகளைப் பூர்த்தி செய்யாமல் போய்விடும் அபாயம் இருக்கிறது. பல கல்வியாளர்கள், உடல் சார்ந்த பயிற்சி, செய்முறைப் பயிற்சிகள் போன்றவற்றைப் பள்ளிகளில் அறிமுகப்படுத்தியபோது கிடைத்த அனுபவங்களில் இருந்து இந்த அபாயம் நன்கு புரியவந்திருக்கிறது.

இந்த இடத்தில் ஒரு முக்கியமான எச்சரிக்கை ஒன்றை நாங்கள் தெரிவிக்க விரும்புகிறோம். பொருளாதாரக் கணக்குகளுக்கு அதிக கவனம் கொடுப்பதால் கலாசார, கல்வி சார்ந்த இலக்குகளைக் கோட்டைவிட்டுவிடும் அபாயம் இருக்கிறது.

மாணவர்களிடமிருந்து அதிக உற்பத்தியைப் பெறவேண்டும் என்ற நோக்கில் ஆசிரியர்கள் இந்தக் கைவினைத்தொழில் மூலமாகக் கற்றுத் தந்தாகவேண்டிய அறிவார்ந்த, சமூக, ஒழுங்குகள் சார்ந்த பயிற்சிகளைப் புறக்கணித்துவிடக்கூடும். ஆசிரியர்களுக்குப் பயிற்சி தரும்போதும் மேற்பார்வை செய்யும் பணியாளர்களுக்கான வழிகாட்டுதலிலும் இந்தத் தவறு நடந்துவிடாமலிருக்க மிகுந்த முக்கியத்துவம் தரவேண்டும். அனைத்து கல்விச் செயல்பாடுகளையும் இந்த எச்சரிக்கையை மனதில் கொண்டே வடிவமைக்கவேண்டும்.

அடிப்படைக் கல்வித்திட்டத்தின் இலக்குகள்

ஏழாண்டு காலம் நீடிக்கும் அடிப்படைக் கல்வியில் முழு காலகட்டத்துக்குமான கல்வித் திட்டத்தை எங்களுக்குக் கிடைத்த குறுகிய கால அவகாசத்துக்குள் தயாரிக்க முடிந்திருக்கவில்லை. எனினும் புதிதாக உருவாக்க விரும்பும் பள்ளிகள் மற்றும் கல்வித்திட்டம் தொடர்பான இலக்குகளை பல்வேறு பிரிவுகள் சார்ந்து வரையறுத்துவிட்டிருக்கிறோம்.

ஒவ்வொரு பிராந்திய கல்வித் துறையிலும் பாடத்திட்டத்தை வரையறுக்க ஒரு நிபுணரை நியமித்தாகவேண்டும். ஏழாண்டுகால அடிப்படைக் கல்வி தொடர்பான முழுமையான பாடத்திட்டத்தை அவர் பொறுப்பில் விட்டுவிடவேண்டும். சிறப்பான வழிகாட்டுதலின் கீழ் செயல்படும் ஆசிரியர்கள் புதிய பள்ளிகளில் கிடைக்கும் அனுபவங்கள், பாடங்களின் அடிப்படையில் தரும் ஆலோசனைகள், தகவல்கள் ஆகியவை பாடத்திட்ட உருவாக்கத்துக்கு அடிப்படையாக அமையும். எனினும் நாங்களும் அடிப்படைப் பாடத்திட்டம் தொடர்பாக சில விரிவான வழிகாட்டிக் குறிப்புகளை வழங்குகிறோம்.

ஏழாண்டு கால அடிப்படைக் கல்வியின் முக்கியமான இலக்குகள்

1. அடிப்படையான கைத்தொழில்

பள்ளிக் கல்வியை முடித்த பின்னர் வெளி உலகுக்குச் செல்லும் மாணவர்கள் பள்ளியில் தாம் கற்றுக் கொண்ட கைத்தொழிலை அடிப்படையாக வைத்துத் தன் வாழ்வாதாரத்தை அமைத்துக் கொள்ள முடியும் வகையில் அந்தக் தொழிலில் சிறப்பான பயிற்சி தரப்பட்டிருக்கவேண்டும்.

பள்ளிகளில் கீழ்க்கண்ட கைத் தொழில்களைக் கற்றுத் தரலாம்.

1. நூற்பு, நெசவு

2. தச்சு வேலை

3. விவசாயம்

4. காய், கனிகள் வளர்ப்பு

5. தோல் தொழில்

6. உள்ளூர், பூகோள சூழ்நிலைகளுக்கு ஏற்ற மற்றும் முன்பு சொல்லப்பட்டிருக்கும் கல்வி சார்ந்த இலக்குகளைப் பூர்த்திசெய்யக்கூடிய பிற எந்தவொரு கைத் தொழிலும்.

நூற்பு, நெசவு அல்லது விவசாயம் சாராத கைத்தொழிலை அடிப்படையாகக் கொள்ளும் பள்ளிகளில் படிக்கும் மாணவர்கள் ராட்டை-தக்ளி நூற்பதிலும் உள்ளூரில் நடக்கும் விவசாயப் பணிகளிலும் அடிப்படைத் திறமையும் அறிவும் பெற்றிருக்க வழிசெய்யவேண்டும்.

2. தாய் மொழிக் கல்வி

அனைத்துவகையான கல்விகளின் அடிப்படை முறையான தாய் மொழிக் கல்வியே. தெளிவாகப் பேசவும் எழுதவும் வாசிக்கவும் கற்றுக் கொள்ளாதவரையில் தெளிவாக சிந்திக்க யாராலும் முடியாது. தாய் மொழிக் கல்வியின் மூலம் மாணவர்களுக்கு அவர்களுடைய முன்னோர்களின் பாரம்பரியமான சிந்தனைகள், உணர்வுகள், எதிர்பார்ப்புகள் ஆகியவற்றைக் கற்றுத் தரமுடியும். குழந்தைகள் மனதில் தார்மிக, ஒழுக்கவியல் மதிப்பீடுகளை சமூகக் கல்வி என்ற வகையில் பதியவைக்கவும் முடியும். குழந்தைகளின் ரசனை, படைப்பூக்கம், பாராட்டுணர்வு ஆகியவற்றை எளிதில் வெளிப்படுத்த தாய் மொழியே மிகவும் எளிய இயல்பான வழி. முறையான இலக்கியக் கல்வி தரப்பட்டால், மகிழ்ச்சியும் கலை ரசனையும் மேம்படும்.

ஏழாண்டு கால முடிவில் தாய் மொழிக் கல்வி தொடர்பாக கீழ்க்கண்ட இலக்குகளை அடைந்திருக்கவேண்டும்.

1. பொருட்கள், நபர்கள், குழந்தைகள் வாழும் பகுதியில் நடக்கும் விஷயங்கள் ஆகியவை பற்றிச் சரளமாக, இயல்பாக, தன்னம்பிக்கையுடன் குழந்தைகள் பேச முடியவேண்டும்.

2. அன்றாடத் தேவைகள் சார்ந்த விஷயங்களில் எந்தவொன்றைப் பற்றியும் சரளமாகவும் கோர்வையாகவும், பொருத்தமாகவும் பேச முடியவேண்டும்.

3. ஓரளவுக்குக் கடினமாக எழுதப்பட்ட பத்திகளைப் பிழைகளின்றி, வேகமாக வாசிக்க முடியவேண்டும். அன்றாடச் செய்தித் தாள்களை, பத்திரிகைகளை வாசிக்க முடியும் அளவுக்கு இதில் பயிற்சி தரப்படவேண்டும்.

4. உரைநடைகள், கவிதைகள் ஆகியவற்றை உரத்த குரலில் தெளிவாக, முறையான ஏற்ற இறக்கங்களுடன் உணர்வுபூர்வ மாக, உற்சாகமாகப் படிக்க முடியவேண்டும். வழக்கமாக, உயிர்த்துடிப்பில்லாமல், மந்தமாக எந்திர கதியில் வாசிப்பது கூடாது.

5. உள்ளடக்கம், பட்டியல் உருவாக்கம் ஆகியவற்றைத் தயாரிக்கவும் புரிந்துகொள்ளவும் முடியவேண்டும். அகராதி களையும் குறிப்புதவி நூல்களையும் பயன்படுத்தத் தெரிந்திருக்கவேண்டும். தகவல்களைத் தெரிந்துகொள்ளவும் உற்சாகமாகக் கற்றுக் கொள்ளவும் நூலகங்களைப் பயன்படுத்தத்தெரிந்திருக்கவேண்டும்.

6. பிழைகளின்றி, தெளிவாக, கணிசமான வேகத்தில் எழுதும் திறமை கைவரப்பெற்றிருக்கவேண்டும்.

7. அன்றாட நிகழ்வுகள், கூட்டங்கள் தொடர்பாக எளிய மொழியில் தெளிவாக எழுதத் தெரிந்திருக்கவேண்டும். உதாரணமாக கூட்டுறவு நோக்கில் உள்ளூரில் நடைபெற்ற கூட்டங்கள் தொடர்பாக அறிக்கை தயாரிக்கத் தெரிந்திருக்க வேண்டும்.

8. தனிப்பட்ட கடிதங்கள், அலுவல் பூர்வமான கடிதங்கள், வணிகத் தொடர்புகள் சார்ந்த கடிதங்கள் ஆகியவற்றை எழுதத் தெரிந்திருக்கவேண்டும்.

9. சிறந்த எழுத்தாளர்களின் படைப்புகள் அல்லது அவற்றில் சில பகுதிகளுடன் பரிச்சயம் ஏற்பட்டிருக்கவேண்டும். சிறந்த எழுத்தாளர்களின் படைப்புகளில் மாணவர்களுக்கு ஆர்வம் ஏற்பட்டிருக்கவேண்டும்.

3. கணிதம்

எந்தக் கைத்தொழிலின் அடிப்படையில் கல்வி கற்றுத் தரப்படவிருக்கிறதோ அந்தத் தொழில் தொடர்பான கணக்குகள், வீடு மற்றும் சமூகத் தேவைகள் தொடர்பான அடிப்படைக் கணக்குகள், வடிவ இயல் தொடர்பான கணக்குகள் ஆகியவற்றை மாணவர்களுக்குக் கற்றுத் தரவேண்டும் என்பதே இதன் இலக்கு.

வணிகம் தொடர்பான கணக்கு வழக்குகள், வரவு செலவு கணக்குப் புத்தகம் எழுதுதல் ஆகியவை பற்றிய அடிப்படை அறிவும் கிடைத்தாகவேண்டும்.

இந்த இலக்கை அடைய வேண்டுமென்றால் கீழ்க்கண்ட அடிப்படை விஷயங்களில் நல்ல பரிச்சயம் கிடைத்தாகவேண்டும்.

கூட்டல், கழித்தல், பெருக்கல், வகுத்தல் விதிகள், பின்னங்கள், தசமங்கள், குறுக்குப் பெருக்கலுக்கான சுருக்கு முறை (மூன்றின் விதி), ஒற்றை அலகுக் கணக்கீடு, வட்டிக் கணக்கீடு, நீளம்-அகலம்-உயரம் அளவீடு, நடைமுறை வடிவ இயல், வரவு செலவுக் கணக்கீடுகள் ஆகியவற்றில் நல்ல பரிச்சயம் கிடைக்கவேண்டும்.

வெறுமனே எண்கள் மற்றும் வழிமுறைகள் மட்டுமே கற்றுத் தரப்பட்டால் போதாது. கைத் தொழில், அன்றாடத் தேவைகள் ஆகியவற்றுடன் அவை தொடர்புபடுத்தப்பட்டுப் புரிந்து கொள்ளப்படவேண்டும். எண்ணல் அளவு, முகத்தல் அளவு, பிறவகை கணக்குகள் எல்லாம் மாணவர்களின் தர்க்க ரீதியான சிந்தனை வளர்வதற்கு வழிவகுக்கும்

4. சமூகவியல் பாடங்கள்

1. மனித இனத்தின் முன்னேற்றம், குறிப்பாக இந்தியாவின் நன்மை தொடர்பான அக்கறை இளம் வயதிலேயே மாணவர்களுக்கு ஏற்படவேண்டும்.
2. சமூக, பூகோள சுற்றுச்சூழல் பற்றி மாணவர்களுக்கு நல்ல புரிதல் ஏற்படவேண்டும். அவற்றை மேம்படுத்தும் ஆர்வம் மாணவர்கள் மனதில் உருவாகவேண்டும்.
3. தாய் நாட்டுப் பற்று, கடந்த காலம் தொடர்பான பெருமித உணர்வு, எதிர்கால வளமான வாழ்க்கை தொடர்பான நம்பிக்கை மாணவர்கள் மனதில் உருவாகவேண்டும். பரஸ்பர அன்பு, சத்தியம், நீதி ஆகியவற்றில் நம்பிக்கை கொண்ட கூட்டுறவும் ஒற்றுமையும் கொண்ட சமுதாயத்தை உருவாக்க முன்வரவேண்டும்.
4. குடிமகன்களின் உரிமைகள், பொறுப்புகள் பற்றி நல்ல புரிதல் ஏற்படவேண்டும்.
5. தனி நபர் சார்ந்த மற்றும் சமூகம் சார்ந்த நற்குணங்கள் ஆகியவற்றை வளர்த்தெடுத்து சக குடிமகன்களுடன்

நம்பகமான கூட்டுறவு மனப்பான்மை கொண்டவராக வாழக் கற்றுக்கொள்ளவேண்டும்.

6. உலகில் இருக்கும் அனைத்து மதங்கள் மீதும் அனைவரும் மரியாதை கொண்டு நடந்துகொள்ளவேண்டும்.

வரலாறு, புவியியல், சம கால நிகழ்வுகள், குடிமையியல் தொடர்பான பாடங்களுடன் உலக மதங்கள் அனைத்தும் ஆதார உண்மைகளில் எப்படி ஒத்திசைவுடன் இருக்கின்றன என்ற அடிப்படையிலான பாடமும் கற்றுத் தரப்படவேண்டும். மாணவர்களின் சுற்றுச் சூழல், அதில் இருக்கும் பிரச்னைகள் என்பதில் இருந்து இந்தக் கல்வி ஆரம்பிக்கவேண்டும். மனிதர்கள் தத்தமது தேவைகள், ஆசைகள் ஆகியவற்றை எப்படியெல்லாம் பூர்த்தி செய்துகொள்ளவேண்டும்; என்னென்ன மதிப்பீடுகளைக் கடைப்பிடிக்க வேண்டும் என்பவற்றைக் கற்றுத் தரவேண்டும். ஆண்கள், பெண்கள் என சுற்றி வாழும் சமூகத்தினரின் வாழ்க்கை, தொழில் பற்றி மாணவர்களுக்குத் தெளிவான புரிதல் உருவாக்கப்படவேண்டும்.

1. இந்திய வரலாறு தொடர்பான எளிய, சுருக்கமான அறிமுகம் தரப்படவேண்டும். மனித குலத்தின் சமூக, கலாசார சாதனைகள் வரிசைக்கிரமமாக எடுத்துரைக்கப்படவேண்டும். மனித இனம் படிப்படியாக கலாசார, அரசியல் ஒற்றுமை நோக்கி நகர்ந்து செல்வதைக் கோடிட்டுக் காட்டவேண்டும். அன்பு, சத்தியம், நீதி, தேச ஒற்றுமை, கூட்டுறவு, சமத்துவம், சகோதரத்துவம் ஆகியவற்றுக்கு அதிக முக்கியத்துவம் தரப்படவேண்டும். ஆரம்ப நிலையில் இந்த பாடங்கள் எல்லாம் வாழ்க்கை வரலாறு, கதை வடிவில் இருக்க வேண்டும். மேல் நிலையில் கலாசார, சமூக அம்சங்கள் மிகுந்ததாக இருக்கவேண்டும். கடந்தகாலப் பெருமிதம் என்பது அதீத தேசியப்பற்றாகவும் ஆணவமாகவும் மாறாமல் பார்த்துக்கொள்ளவேண்டும். மனிதகுலத்தின் மாபெரும் விடுதலைப் போராளிகள், அமைதி வழியிலான அவர்களின் வெற்றி ஆகியவை கற்றுத் தரப்படவேண்டும். சத்தியம், அஹிம்சை ஆகியவற்றின் வெற்றி, உன்னத அம்சங்கள் கற்றுத் தரப்படவேண்டும். ஹிம்சை, ஏமாற்று, ஏய்ப்பு ஆகியவற்றை விட மேலான நற்குணங்களை வாழ்வின் அனைத்து தளங்களிலும் முன்னிறுத்தவேண்டும். நம் தேசத்தில் தேசிய எழுச்சி ஏற்பட்டு வருகிறது. சமூக, அரசியல், மற்றும் பொருளாதாரச் சுதந்தரத்துக்கான போராட்டங்களும் கூடவே

நடந்துவருகின்றன. மாணவச் செல்வங்கள் தேசத்தின் இந்த மகத்தான திருப்புமுனைத் தருணத்தில் தம்மளவிலான தியாகங்கள், பங்களிப்புகளை உற்சாகத்துடன் செய்ய முன்வரவேண்டும். தேசியத் திருவிழாக்கள் மிகுந்த மகிழ்ச்சியுடன் கொண்டாடப்படவேண்டும். தேசிய வாரம் ஒவ்வொரு பள்ளியிலும் கொண்டாடப்படவேண்டும்.

2. அரசுத் துறைகள், பஞ்சாயத்துகளின் செயல்பாடுகள், கூட்டுறவு இயக்கங்களின் செயல்பாடுகள், பொதுப் பணித்துறைப் பணியாளர்களின் கடமைகள், மாவட்ட அல்லது நகராட்சி நிர்வாக முறைகள் இவை பற்றியெல்லாம் மாணவர்கள் நன்கு தெரிந்துகொள்ளவேண்டும். வாக்குகளின் முக்கியத்துவம், பயன்பாடு பற்றி நன்கு புரிந்துகொள்ள வேண்டும். பிரதிநிதித்துவ சமூக நிறுவனங்கள், அமைப்பு களின் வளர்ச்சி, முக்கியத்துவம் பற்றித் தெரிந்துகொள்ள வேண்டும். இந்த விஷயங்கள் தொடர்பான பயிற்சிகள் யதார்த்த வாழ்க்கைக்கு மிகவும் நெருக்கமானதாக, நடைமுறை சார்ந்ததாக இருக்கவேண்டும். பள்ளிகளில் சுய நிர்ணய அமைப்புகள் அறிமுகப்படுத்தப்படவேண்டும். பள்ளிகளில் குழுக்கள் அமைத்து செய்தித் தாள்கள் வாங்கி அனைவரும் சேர்ந்து அன்றன்றைய உலக, நாட்டு நிகழ்வுகள் பற்றி வாசித்து, அறிவு பூர்வமாகக் கலந்துரையாடவேண்டும்.

3. சமூகவியல் பாடத்தில் உலக பூகோளவியல் தொடர்பாக சுருக்கமான அறிமுகம் இருக்கவேண்டும். நம் தேச நிலவியல் முழுமையாகவும் பிற நாடுகளுடனான தொடர்புகள் விரிவாகவும் இருக்கவேண்டும்.

(அ) நம் நாட்டிலும் உலகில் பிற பகுதிகளிலும் இருக்கும் தாவர வகைகள், விலங்கு வகைகள், மனித உயிர் வாழ்க்கை முதலியவையெல்லாம் பூகோள அமைப்பின் மூலம் எப்படியெல்லாம் கட்டுப்படுத்தப்படுகின்றன என்பதைக் கற்றுத் தரவேண்டும். கதைகள், விளக்கப் படங்கள், படக் கதைகள், நேரடிப் பயிற்சிகள், கலந்துரையாடல்கள் ஆகியவற்றின் வாயிலாக இந்தக் கல்வி கற்றுத் தரப்பட வேண்டும். இவையெல்லாம் உள்ளூர் பூகோளச் சூழ்நிலை களுடன் ஒப்பிட்டுக் கற்றுத் தரப்படவேண்டும்.

(ஆ) தட்பவெப்பநிலை பற்றிய பாடங்கள். சூரியன் தொடர்பான நேரடி ஆய்வுகள். சம பகலிரவு நாள், இரவு கூடுதலாக இருக்கும் காலம், பகல் நேரம் அதிகமாக இருக்கும்

காலம், சூரிய கடிகாரம், காற்று அளவிகள், தட்ப வெப்ப மானி, மழை அளவிகள், ஒரு நாளொன்றில் காற்று வீசும் திசைகள், வேகங்கள், ஒவ்வொரு மாதத்திலும் காற்று வீசும் விதம் இவை பெற்றியெல்லாம் கற்றுத் தரவேண்டும்.

(இ) வரைபட உருவாக்கம், வரைபட ஆராய்ச்சிகள் : உலக உருண்டை வரைபடம், உள்ளூர் நிலவியல் வரைபடம், சுற்றுப்புறங்கள் குறித்த வரைபடங்கள், உலக வரைபடங்கள் மற்றும் அவற்றின் முழு விவரங்கள், குறியீடுகள் இவற்றையெல்லாம் கற்றுத் தரவேண்டும்.

(ஈ), போக்குவரத்துகள், தொலை தொடர்புகள் எல்லாம் வாழ்க்கை மற்றும் தொழில் துறைகளுடன் கொண்டிருக்கும் தொடர்புகளின் அடிப்படையில் கற்றுத் தரப்படவேண்டும்.

(எ) உள்ளூர் விவசாயம், தொழிற்சாலைகள் என அனைத்து தொழில்கள் பற்றியும் கற்றுத் தரவேண்டும். வயல்வெளிகள், தொழிற்சாலைகளுக்கு நேரில் சென்றும் கற்றுக்கொள்ள வேண்டும். ஒவ்வொரு பிராந்தியங்களின் பொருளாதாரத் தன்னிறைவு, பரஸ்பர சார்பு நிலை பற்றியும் கற்றுத் தரவேண்டும். பூகோளச் சூழ்நிலைகள் என்னென்னவிதமான பயிர்கள், தொழில் துறைகள் வளர உதவுகின்றன என்பவை பற்றியும் நம் தேசத்தில் இருக்கும் பிரதான தொழில் துறைகள், நிறுவனங்கள் பற்றியும் கற்றுத் தரவேண்டும்.

5. பொது அறிவியல்

1. இயற்கை தொடர்பான அறிவார்ந்த, ரசனை சார்ந்த பார்வையைப் பெறுதல்.
2. கூர்மையான பார்வை, எதையும் பரிசோதனை மூலம் சோதித்துப் புரிந்துகொள்ளுதல்.
3. சுற்றுப்புறங்களில் விஞ்ஞான கோட்பாடுகள் வெளிப் பட்டிருக்கும்விதம், மனித குல நன்மைக்கு விஞ்ஞானத்தைப் பயன்படுத்தும் திறமையை வளர்த்தல்.
4. மாபெரும் விஞ்ஞானிகளின் வாழ்க்கையில் நடந்த முக்கிய நிகழ்வுகள், மனித குல நன்மைக்காக அவர்கள் செய்த தியாகங்கள் ஆகியவற்றைக் கற்றுக் கொடுப்பது இளம் மனங்களில் மிகுந்த உத்வேகத்தை உருவாக்கும்.
5. விஞ்ஞானப் பாடங்களில் கீழ்க்கண்டவை கட்டாயம் இருக்கவேண்டும்:

இயற்கை அறிவியல்

1. தாவரங்கள், பயிர்கள்,விலங்குகள் மற்றும் பறவைகள் பற்றிய அறிவு
2. பருவ நிலை மாற்றங்கள், பயிர்கள், விலங்குகள், பறவைகள், மனிதர்கள் மேல் அவை ஏற்படுத்தும் தாக்கங்கள்
3. பல்வேறு பருவங்களில் வளரும் பயிர்கள் பற்றிய கல்வி

தாவரவியல்

1. தாவரங்களின் பல்வேறு பாகங்கள், செயல்பாடுகள்
2. பயிர் முளைத்தல், வளர்ச்சி, விதை பரவல்
3. பள்ளித்தோட்டங்கள் மற்றும் சுற்றுப்புறங்களில் இருக்கும் வயல்கள் ஆகிய இடங்களில் தட்பவெப்பம், ஒளி, காற்றோட்டம் பற்றியும் விதைகளின் தன்மைகள், இயற்கை உரங்களின் வகைகள் பற்றியும் தெரிந்துகொள்ளுதல்.

விலங்கியல்

1. மனிதர்களுக்கு நன்மை மற்றும் தீமை தரும் கிருமிகள், பூச்சிகள், ஊர்வன, பறவைகள் பற்றிய ஆய்வுகள்
2. உடல் கூறியல்: மனித உடல், உறுப்புகள், அவற்றில் செயல்பாடுகள் பற்றிய கல்வி
3. சுகாதாரம்

   (அ) தனிப்பட்ட சுகாதாரம், பற்கள் நாக்கு, நகங்கள், கண்கள், தலை முடி, மூக்கு, தோல் உடைகள் ஆகியவற்றின் தூய்மையைப் பராமரித்தல்.

   (ஆ) வீட்டிலும் கிராமத்திலும் தூய்மை, சுகாதாரம், கழிவுகளை முறையாக அப்புறப்படுத்துதல், திறந்த வெளிகளில் மலம் கழிக்காதிருத்தல்

   (இ) தூய்மையான குடிநீர், கிராமக் கிணறுகள்

   (ஈ) தூய்மையான காற்று, மரங்கள் காற்றை சுத்தப்படுத்தும் விதம், முறையான சுவாசம்

   (உ) உணவு, சுகாதாரம், அசுத்தம், சமச்சீர் உணவு

   (ஊ) முதலுவிப் பாடம், எளிய சிகிச்சைகள்

   (எ) பொதுவான தொற்று நோய்கள், அவற்றில் இருந்து

தப்பிப்பது எப்படி என்பது தொடர்பான பாடங்கள்

(ஏ) உடல் ஆரோக்கியத்துக்கு வழிவகுக்கும் நன்னடத்தை

உடற்பயிற்சி

1. விளையாட்டுகள், ஓடுதல், பாரம்பரிய விளையாட்டுகள்
2. வேதியல்: காற்று, நீர், அமிலங்கள், காரங்கள், உப்புகள் பற்றிய பாடங்கள்
3. நட்சத்திரவியல்: இரவு நேரங்களில் வழிகாட்டும் நட்சத்திரங்கள் பற்றிய விவரங்கள்
4. கதைகள்: மாபெரும் விஞ்ஞானிகள், சாதனையாளர்களின் வாழ்க்கை வரலாறு, அவர்கள் மனித குல நன்மைக்குச் செய்த பங்களிப்புகள்

6. ஓவியக் கல்வி

1. வடிவங்கள், நிறங்கள் தொடர்பான கூர்மையான அவதானிப்பை உருவாக்குதல்.
2. உருவங்கள், வடிவங்கள் தொடர்பான நினைவாற்றலை, கற்பனை உணர்வை வளர்த்தெடுத்தல்.
3. இயற்கையிலும் கலைகளிலும் பாராட்டுணர்வு மற்றும் ரசனை உணர்வை அதிகரித்தல், அவை தொடர்பான ஞானத்தை அதிகரித்தல்.
4. நுட்பமான, ரசனை மிகுந்த வகையில் வரையும் திறமையை வளர்த்தெடுத்தல்.
5. கைத்தொழில் தொடர்பான ஓவியங்களிலும் நல்ல பயிற்சி பெறுதல்.

இவற்றை அடையக் கீழ்க்கண்ட வழிகளை முன்னெடுக்க வேண்டும்.

1. மாணவர்கள் வரைந்த ஓவியங்களைக் கொண்டு ஒரு விஷயத்தைப் புரிந்துகொள்ள வழி செய்தல்.
2. தாவரங்கள், விலங்குகள், மனித உருவங்கள் தொடர்பான ஓவியங்கள். பொது விஞ்ஞானம், கைத்தொழில் ஆகியவற்றுடன் இவற்றைத் தொடர்புபடுத்திக் கற்றுத் தரவேண்டும்.
3. வடிவமைப்பு.
4. கட்டட வரைபடங்கள், படங்கள் மூலமான கிராஃப்கள்.

ஓவியப் படிப்பில் முதல் நான்கு ஆண்டுகளுக்கு வகுப்புப் பாடங்கள், தொழில் கல்வி, இயற்கை ஆகியவற்றுடன் தொடர்புபடுத்தி ஓவியங்கள் கற்றுத் தரப்படவேண்டும். கடைசி மூன்று வருடங்களில் வடிவமைப்பு, அலங்கார நுட்பங்கள், எந்திரவியல் ஓவியங்கள் ஆகியவற்றுக்கு முக்கியத்துவம் தரவேண்டும்.

7. இசை

இனிமையான பாடல்கள் பலவற்றைக் கற்றுத் தரவேண்டும். மென்மையான இசை தொடர்பான ஆர்வத்தை வளர்த்தெடுக்க வேண்டும். தாள கதி தொடர்பான கல்வியைப் பெற குழந்தை களைக் கைகளால் தாளம் போட்டுப் படிக்கக் கற்றுத் தரவேண்டும்.

தலைசிறந்த மற்றும் உத்வேகமூட்டும் பாடல்களைத் தேர்ந்தெடுத்துக் கற்றுத் தரவேண்டும். இசை தொடர்பான கலாபூர்வமான விளக்கங்கள், உயரிய கருப்பொருளை மையமாகக் கொண்ட இசை ஆகியவற்றையும் கற்றுத் தரலாம். கூட்டிசைக்கு அதிக முக்கியத்துவம் தரப்படவேண்டும்.

8. ஹிந்துஸ்தானி மொழி

ஹிந்துஸ்தானி மொழியை இந்தக் கல்வித் திட்டத்தில் கட்டாயப் படிப்பாக முன்வைத்திருப்பதற்கு முக்கிய காரணம் என்ன வென்றால், இந்த தேசியப் பள்ளிகளில் படிக்கும் மாணவர்களுக்கு தேசத்தின் பொது மொழி ஒன்றுடன் நல்ல பரிச்சயம் கிடைக்க அது பெரிதும் உதவும். தேசத்தின் எந்தப் பகுதியைச் சேர்ந்தவர் களுடனும் நன்கு பேசிக் கருத்துகளைப் பரிமாறிக் கொள்ள முடியவேண்டும். இந்தியாவில் இந்துக்களுக்கும் முஸ்லிம் களுக்கும் இடையிலான கலாசார பரிமாற்றங்களின் மிக முக்கியமான விளைவாக இந்த மொழியே இருக்கிறது என்பதை இந்த மொழியைக் கற்றுத் தரும் ஆசிரியர் மாணவர்களுக்கு விரைவில் அழுத்தமாகப் புரியவைக்கவேண்டும். இரு தரப்பினரின் சிந்தனைகள், எதிர்பார்ப்புகள் அனைத்தும் இந்த மொழியில்தான் சேகரமாகியிருக்கின்றன. அந்த மொழியின் வளம், உயிர்த்துடிப்பு குறித்து அவர்கள் பெருமிதம் கொள்ளவேண்டும். மிகுந்த பற்றுடன் அம் மொழியின் வளர்ச்சிக்குப் பங்களிக்கவேண்டும்.

ஹிந்துஸ்தானி மொழி பேசப்படும் பகுதிகளில் இது அவர்களின் தாய் மொழியாக இருக்கும். எனினும் மாணவர்களும்

ஆசிரியர்களும் ஹிந்தியிலும் உருது மொழியிலும் எழுதப் பட்டவற்றைப் படிக்க முடியும் அளவுக்குப் பயிற்சி பெற வேண்டும். ஹிந்துஸ்தானி பேசப்படாத பகுதிகளில் அந்த மக்களின் தாய்மொழியே பயிற்று மொழியாக இருக்கும். ஐந்து, ஆறாம் வருடங்களில் ஹிந்துஸ்தானியை அவர்கள் கட்டாய மொழிப் பாடமாகப் படித்தாகவேண்டும். ஹிந்தி அல்லது உருது ஏதாவது ஒன்றைக் கற்றுக் கொள்ளலாம். ஆசிரியர்கள் இந்த இரண்டிலும் நல்ல பயிற்சி பெற்றிருக்கவேண்டும். என்ன ஆனாலும், எந்தவொரு அரசுப் பள்ளியாக இருந்தாலும் இரு மொழிகளையும் கற்றுத்தர முடிவதாக இருக்கவேண்டும்.

ஐந்தாம் வகுப்புவரை ஆண்கள், பெண்கள் இருவருக்கும் பாடத்திட்டம் ஒன்றாகவே இருக்கவேண்டும். நான்காம், ஐந்தாம் வகுப்புகளில் பொது அறிவியல் பாடப் பிரிவில் மனையியல் தொடர்பான பாடங்கள் பெண்களுக்குக் கற்றுத் தரப்படவேண்டும். அடிப்படைக் கைத் தொழில் கல்விக்குப் பதிலாக ஆறாம், ஏழாம் வகுப்பில் பெண் குழந்தைகள் மனையியல் படிப்பில் அடுத்தகட்ட உயர் நிலைக் கல்வியைத் தேர்ந்தெடுத்துக்கொள்ளும் வாய்ப்பு தரப்படவேண்டும்.

ஆசிரியர் பயிற்சி

இந்த கிராமப்புறத் தொழில்வழிக் கல்வித் திட்டத்தின் வெற்றிக்கு மிக முக்கியமான இன்னொரு விஷயம் ஆசிரியர் பயிற்சி. பொதுவாகவே எந்தவொரு கல்வித்திட்டமாக இருந்தாலும் ஆசிரியர்களின் தரமே அந்தக் கல்வியின் வெற்றியைத் தீர்மானிக்கும். அப்படியிருக்கும்போது புதுமையான, புரட்சிகரமான ஒரு கல்வித் திட்டம் என்றால் அந்த மாற்றங்களைத் திறம்பட அமல் படுத்துவதற்கு, அதன் ஆசிரியர்களின் முக்கியத்துவம் மேலும் பல மடங்கு அதிகரித்துவிடுகிறது.

எனவே, இந்தப் புதிய கல்வித்திட்டம்பற்றிய மிகத் தெளிவான புரிதல் ஆசிரியர்களுக்கு இருக்கவேண்டும். எந்த சமூக சிந்தனை இந்தத் திட்டத்தின் உந்து சக்தியாக இருக்கிறது என்பதையும் நன்கு புரிந்திருக்கவேண்டும். அவற்றை வெற்றிகரமாக நடைமுறைப் படுத்திக் காட்டும் பேரார்வமும் இருந்தாகவேண்டும்.

ஏனென்றால் இந்தக் கல்வித் திட்டத்தின் கீழ் இந்த ஆசிரியர்கள் வெறும் பாடங்களை மட்டும் நடத்தப் போவதில்லை. கைத்தொழில்களையும் கற்றுத் தரப்போகிறார்கள். எனவே சில அடிப்படைக் கைத்தொழில்களில் அவர்களுக்கு நல்ல பயிற்சியும் நிபுணத்துவமும் இருக்கவேண்டும்.

அவர்கள் பள்ளிக் கல்வியை அணுகும் முறையிலும் கற்றுத் தரும் விதத்திலும் மிகப் பெரிய மாற்றத்தைக் கொண்டுவந்தாக வேண்டும். பல்வேறு பாடங்களைத் தனித்தனியான அறிவுத் துறைகளாகக் கற்றுத் தரக்கூடாது. அனைத்தையும் ஒன்றுடன் ஒன்று தொடர்புபடுத்திக் கற்றுத் தரவேண்டும். அதோடு இவை அனைத்தையும் தொடர்புபடுத்தும்வகையிலான தொழில் வழிக் கல்வியை வளர்த்தெடுக்கவும் வேண்டும். இதற்கு ஆசிரியர்களுக்கு பல்வேறு பாடத்திட்டங்களிடையேயான ஒத்திசைவு, தொடர்புகள் பற்றிய நல்ல பரிச்சயமும் அனுபவமும் இருக்கவேண்டும். வாழ்க்கை, கல்வி, தொழில் ஆகியவற்றை ஒன்றிணைத்துச் செல்லும் பயிற்சியும் இருக்கவேண்டும்.

ஆசிரியர்கள் வாழும் சமூகச் சூழலில் நடக்கும் செயல்பாடுகள், தொழில்கள், வாழ்க்கை முறை ஆகியவற்றில் அவர்களுக்கு அறிவார்ந்த ஆர்வம் இருக்கவேண்டும். பள்ளிக்கும் சமூகத்துக்கும் இடையிலான உள்ளார்ந்த தொடர்பு அவர்களுக்கு முழுமையாகப் புரிந்திருக்கவேண்டும்.

இவை நீங்கலாக, இந்தப் புதிய கல்வித்திட்டம் என்ன உயரிய நோக்கங்களோடு முன்வைக்கப்படுகிறதோ அதன் படியே வெற்றிகரமான நடந்தேறவேண்டுமென்றால், ஆசிரியர் பயிற்சித் திட்டத்தில் அதற்குத் தேவையான அனைத்து விஷயங்களையும் இடம்பெறச் செய்தாகவேண்டும்.

தேசிய அல்லது அங்கீகாரம் பெற்ற அரசுக் கல்வி மையத்தில் மெட்ரிகுலேஷன் தேர்ச்சி பெற்றிருக்கவேண்டும். பிராந்திய இறுதி வகுப்பை அல்லது அதற்கு இணையான கல்வியை முடித்தபின்னர் இரண்டு ஆண்டுகள் ஆசிரியராகப் பணிபுரிந்த அனுபவம் பெற்றிருக்கவேண்டும்.

ஆசிரியர் பயிற்சிக்கான பாடத்திட்டம் (மூன்றாண்டுகள்)

1. அடிப்படை பயிற்சி

1. பருத்தி விவசாயம், பருத்தி பறிப்பு, பஞ்சு எடுத்தல், கம்பளி நூல் சேகரிப்பு, நூல் நூற்றல் ஆகியவற்றில் பயிற்சி
2. ராட்டை / நூற்பு சக்கரம் இயங்கும் தொழில் நுட்பம் (அல்லது எந்த அடிப்படைத்தொழில் கல்வியின் வாயிலாகப் பாடங்கள் கற்றுத்தரப்படவிருக்கிறதோ அதன் பின்னால் இருக்கும் அறிவியல் தொழில்நுட்பம்)
3. கிராமப்புறத் தொழில்களின், குறிப்பாக எந்தத் தொழிலின் அடிப்படையில் கல்வி கற்றுத்தரப்படவிருக்கிறதோ அதன் பொருளாதாரம்.
4. தேர்ந்தெடுக்கப்படும் தொழில் கல்வியின் அடிப்படை அம்சங்கள்.

2. கீழ்க்கண்ட அடிப்படைத் தொழில்களில் பயிற்சி

1. நூற்பு மற்றும் நெசவு.
2. விவசாயம்
3. காய், கனித் தோட்டம்

4. தச்சுவேலை
5. பொம்மைகள் செய்தல்
6. தோல் தொழில்கள்
7. காகித உற்பத்தி அல்லது பள்ளி அமையவிருக்கும் பகுதியில் இருக்கும் ஏதேனும் ஒரு கைத்தொழில்

3. பயிற்சிக் கல்வியின் கொள்கைகள் கீழ்க்கண்டவற்றை உள்ளடக்கியிருக்கவேண்டும்

1. ஆக்கபூர்வமான வேலைகளின் மூலம் அடிப்படைக் கல்வி
2. சமூகத்துக்கும் பள்ளிக்கும் இடையிலான தொடர்பு
3. குழந்தை உளவியல் (முடிந்த அளவுக்கு வலுவாக) மற்றும் தொழில் நுட்பக் கல்வியைப் பெறுவது தொடர்பான உளவியல்
4. பல்வேறு பாடத்திட்டங்களை ஒருங்கிணைத்துக் கற்றுத் தரும் வழிமுறைகளை வடிவமைத்தல், வளர்த்தெடுத்தல் ஆகியவற்றின் அடிப்படையில் பல்வேறு கல்வி வழிமுறைகள்
5. மக்களின் சம கால வாழ்க்கையை அடிப்படையாகக் கொண்ட புதிய கல்வி
6. மருத்துவம், ஊட்டச் சத்து உணவு, சுகாதாரம், கழிவு மேலண்மை, கிராமப்புறங்களின் யதார்த்தப் பிரச்னைகளுக் கான தீர்வுகள், வாழ்க்கையில் நேரடியாகப் பயன்படும் அம்சங்கள், நடைமுறைப் பயன்பாடு ஆகியவை சார்ந்த அடிப்படையான கல்வி
7. சமூகச் சூழலில் நிலவும் பல்வேறு பிரச்னைகள் தொடர்பாக ஆசிரியர்கள் தெளிவான சிந்தனை பெற உதவும் வகையிலான சமூகவியல் கல்விக்கான பயிற்சி
8. தாய் மொழிக் கல்வியில் நிபுணத்துவம், மிகச் சிறந்த இந்திய கலை, இயக்கியங்கள் தொடர்பான அறிமுகம், இதன் மூலமாக தேசத்தின் பொதுவான கலாசார பின்னணி பற்றிய புரிதல்
9. ஹிந்துஸ்தானி மொழி பேசப்படும் பகுதிகள் மற்றும் பிற மொழி பேசப்படும் இடங்களில் இருக்கும் ஆசிரியர்களுக்கு ஹிந்துஸ்தானி மொழியறிவு; ஹிந்தி, உருது ஆகிய மொழிகளில் எழுதவும் படிக்கவும் முடிதல். இந்தப் புதிய கல்வி தொடர்பான அடிப்படை கலாசார சமூக இலக்குகள் பற்றிப் புரிந்துகொள்ள அனைத்து அரசுப் பள்ளி மற்றும்

அரசின் உதவி பெறும் பள்ளிகளின் ஆசிரியர்களுக்கும் இது கட்டாயம்.

10. கரும் பலகையில் எழுதுதல், ஓவியங்கள் வரைதல்

11. உடற் பயிற்சி, சுதேசி விளையாட்டுகள்

12. ஆசிரியர்களின் மேற்பார்வையில் மாணவர்களே வகுப்புகள் நடத்துதல்

இந்த ஆசிரியர் பயிற்சிப் பள்ளிகள் எல்லாம் ஆசிரியர்களும் ஆசிரியப் பயிற்சி பெறுபவர்களும் உடனுறைப் பயிற்சி மையங்களாக இருக்கவேண்டும். அவர்களுக்கிடையே பல தரப்பட்ட சமூக, கலாசார அம்சங்களில் கூட்டுறவு வளர வேண்டும். ஆசிரியர்களுக்கு தமது விருப்பம் சார்ந்த விஷயங் களைப் பயிற்சி கொடுக்க முழு சுதந்தரமும் இருக்கவேண்டும். பயிற்சி பெறும் ஆசிரியர்களின் பலதரப்பட்ட பொழுதுபோக்கு மற்றும் சமூக நடவடிக்கைகளுக்கு போதிய வாய்ப்பும் வசதியும் கிடைக்கும் வகையில் இந்தப் பயிற்சி மையங்கள் திட்டமிடப்பட வேண்டும்.

இந்தப் பயிற்சி மையங்களின் வெற்றியானது இங்கு பயிற்சி பெறுபவர்கள் ஆர்வத்துடன் தன்னிச்சையாக முன்னெடுக்கும் சமூக நடவடிக்கைகள், கலை மற்றும் பொழுதுபோக்குச் செயல்பாடுகள் ஆகியவற்றின் அடிப்படையில் மதிப்பிடப்படும். அதோடு பள்ளிகள் மற்றும் சமூகத்தில் அவை ஏற்படுத்தும் தாக்கம், எதிர்வினை ஆகியவற்றின் அடிப்படையிலும் மதிப்பிடப்படும்.

இங்கு சொல்லப்பட்டிருக்கும் கல்வித்திட்டமானது மிகவும் கனமானதாகவும் லட்சியவாத நோக்கம் மட்டுமே கொண்டதாக வும் தோன்றலாம். நடைமுறையில் இது சாத்தியமில்லை என்றும் தோன்றலாம். ஆனால், முறையான உத்வேகத்துடன் அமல் படுத்தினால், இது தொடர்பான நெருக்கடிகளை எளிதில் தீர்த்து விடமுடியும்.

முதலாவதாக, இது தொடர்ச்சியான மூன்று வருட பயிற்சித்திட்டம். எனவே இன்றைய நிலையை மட்டும் கணக்கில் கொள்ளாமல் விரிவான தொலை நோக்குடன் வடிவமைக்கப்பட்டிருக்கிறது.

இரண்டாவதாக, சில வருடங்கள் கழிந்த பின்னர் அதாவது இந்தத் திட்டம் அமல்படுத்த ஆரம்பித்த பின்னர், புதிய பயிற்சி மையங்களில் பயிற்சி பெற்றுவரும் ஆசிரியர்கள், தொழிற் கல்விப் பயிற்சியிலும் சமூகவியல் படிப்புகளிலும் நல்ல பரிச்சயமும்

அனுபவமும் பெற்றிருப்பார்கள். அந்தவகையில் இந்தக் கல்வித் திட்டமானது புதிதாக எதையும் கற்றுத்தருவதாக இருக்காது. ஏற்கெனவே படித்தவற்றுக்கு உயர் நிலை பயிற்சி தருவதாகவே இருக்கும்.

மூன்றாவதாக, இன்றைய காலகட்டத்தில் பல்வேறு படிப்புகள் தொடர்பான விஞ்ஞான பூர்வமான முறையான முழுமையான அணுகுமுறையை முன்வைக்கவில்லை. அது இன்றைய நிலையில் மிகவும் அதிகப்படியான எதிர்பார்ப்பாகவே அமைந்துவிடும். சுகாதாரம், குடிமையியல், முதலுதவி, குழந்தைகளின் நன்னடத்தை, வகுப்பறை மற்றும் சமூக விஷயங்களில் நடந்துகொள்ளவேண்டிய விதம் ஆகிய அடிப்படை விஷயங்களை மையமாகக் கொண்டே இந்தப் பயிற்சி வகுப்புகள் வடிவமைக்கப்பட்டிருக்கின்றன.

நிபுணத்துவப் பெருமிதம் வளர்த்தெடுக்கப்பட்டு அறிவார்ந்த ஆர்வம் தூண்டப்பட்டுவிட்டால் இந்தப் பயிற்சி பெறும் பல ஆசிரியர்கள் தனிப்பட்ட முறையில் தன்னார்வத்துடன் சில விஷயங்கள் குறித்து முழுமையான அறிவைத் தேடிச் செல்வார்கள். ஆனால், இந்த பயிற்சி காலத்தைப் பொறுத்த வரையில் துறைசார் நிபுணர்களை உருவாக்குவது அதன் இலக்கு அல்ல. சரியான சிந்தனைப் போக்கு கொண்ட திறமையான, அறிவார்ந்த, கைத் தொழிலில் தேர்ச்சி பெற்றவர்களை உருவாக்குவது; சமூகத்துக்கு சேவை செய்வதில் ஆர்வமும் வருங்காலத் தலைமுறையினர் கல்வித் திட்டத்தில் உள்ளுறைந்திருக்கும் உயரிய மதிப்பீடுகளைப் புரிந்துகொள்ள உதவும் ஆர்வமும் கொண்ட ஆசிரியர்களைஉருவாக்குவது ஆகியவையே இதன் இப்போதைய இலக்கு.

ஆசிரியர் பயிற்சிக்கான குறுகிய பாடத்திட்டம்

இந்தக் கல்வித் திட்டத்தை உடனே ஆரம்பிக்க வேண்டும் என்பதால், உடனடியான குறுகிய பயிற்சித் திட்டம் ஒன்றை பரிந்துரை செய்கிறோம். ஏற்கெனவே தேசிய கல்வி நிறுவனங்கள், ஆஸ்ரமங்கள் ஆகியவற்றில் ஆசிரியராக இருப்பவர்களுக்கு முதல் கட்டமாக ஒரு வருடப் பயிற்சியளிக்கப்படும்.

ஆசிரியத்துறையில் அல்லது ஏதேனும் ஒரு கைத் தொழிலில் அடிப்படை அனுபவம் பெற்றிருக்கவேண்டும். இந்தப் புதிய கல்வித் திட்டத்தை சரியான புரிதல் மற்றும் ஆர்வத்துடன்

முன்னெடுக்கத் தயாரானவர்களாக இருக்கவேண்டும். ஒரு பிராந்தியத்துக்கு எத்தனை பள்ளிகள் ஆரம்பிக்கவிருக்கிறோம் என்ற அடிப்படையில் அதற்குத் தேவையான அளவு ஆசிரியர்களுக்குப் பயிற்சி தரவேண்டும்.

இந்த குறுகிய கால பயிற்சித் திட்டத்தின் பாடங்கள் கீழ்கண்டவாறு இருக்கவேண்டும்.

1. தக்ளி நூற்பதில் பயிற்சி. பள்ளிக் கல்விக்கு எந்தவொரு கைத் தொழிலைத் தேர்ந்தெடுத்துக் கொண்டாலும் இது கட்டாயப் பாடம்.
2. முன்பு கூறியிருக்கும் அடிப்படைக் கைத் தொழில்களில் ஏதேனும் ஒன்றில், அதை மூன்று ஆண்டுகளுக்குப் பள்ளியில் கற்றுத் தரும் அளவுக்குத் தேவையான பயிற்சி.
3. மருத்துவம், சுகாரம், ஊட்டச் சத்து, கழிவு மேலாண்மை ஆகியவற்றில் சிறிய ஆரம்பப் பயிற்சி
4. கைத் தொழில் வழிக் கல்வி மற்றும் அதற்கும் சமூக வாழ்வுக்கும் இடையிலான தொடர்பு பற்றிய புரிதல்.
5. ஒன்றுக்கொன்று தொடர்புடைய கல்வி மற்றும் படிப்பு தொடர்பான எளிய செயல் திட்டங்களை வடிவமைத்தல் மற்றும் செயல்படுத்துதல்.
6. இந்திய தேசிய மறுமலர்ச்சி மற்றும் இந்த நூற்றாண்டில் உலகளவில் நடந்துவரும் போராட்டங்கள் பற்றிய சுருக்கமான அறிமுகம்.
7. முறையான மேற்பார்வையின் கீழ் இந்தப் பயிற்சிப் பள்ளியில் பயிற்சி பெறுபவர்கள் குறைந்த பட்சம் 25 பாடங்கள் கற்றுத் தருதல்.

மேற்பார்வையும் நிர்வாகமும்

அ. மேற்பார்வை

புதிய பள்ளிகளுக்கும் நன்கு பயிற்சி பெற்ற ஆசிரியருக்கும் மிகத் திறமையான பரிவு மிகுந்த மேற்பார்வைகள் மிகவும் அவசியம். மேற்பார்வை என்பது மிகவும் விசேஷமான கலை. வளர்ந்து கொண்டே செல்லும் கல்வி அமைப்பின் முடிவற்ற தேவைகளைப் பூர்த்திசெய்ய மேற்பார்வையாளர்களை உருவாக்கும் பணிகளுக்குப் போதிய நிதியை ஒதுக்கவேண்டும் என்று நாங்கள் பரிந்துரைக்கிறோம். இந்த மேற்பார்வையாளர்கள் குறைந்தபட்சம் ஆரம்பப் பள்ளி ஆசிரியருக்கான முழு பயிற்சி பெற்றிருக்கவேண்டும். கூடவே மேற்பார்வை மற்றும் நிர்வாகம் தொடர்பான இரண்டு ஆண்டு சிறப்புப் பயிற்சியும் பெற்றிருக்கவேண்டும். மேற்பார்வை என்றால் வெறுமனே கண்காணிப்பாக இருக்கக்கூடாது. கூட்டுறவாகவும் கூடுதல் விஷயம் தெரிந்தவர் குறைவாகத் தெரிந்த சக ஊழியருக்குச் செய்யும் உதவியாகவும் இருக்கவேண்டும்.

மேற்பார்வையாளர்கள், புதிய கல்விப் பரிசோதனைகளில் தலைவர்களாகவும் வழிகாட்டிகளாகவும் இருக்க வேண்டியவர்கள். இப்படியான மிகப் பெரிய கடமையை இவர்கள் செய்ய வேண்டியிருக்கும் என்பதால், தவிர்க்கமுடியாத நிர்வாக மற்றும் அன்றாடப் பணிகள் எல்லாம் முடிந்த அளவுக்கு இவர்களுக்கு லகுவாக இருக்கவேண்டும். எனவே கணிசமான எண்ணிக்கையில் மேற்பார்வையாளர்கள் இருந்தாகவேண்டும். ஒருவருடைய பொறுப்பில் விடப்படும் மாவட்டங்கள், பள்ளிகளின் எண்ணிக்கை அளவோடு இருக்கவேண்டும். இதனால் செலவு அதிகமாகலாம். ஆனால் இந்த இடத்தில் சிக்கனம் பார்ப்பதென்பது மிகவும் தவறான செயலாகவே இருக்கும்.

ஆ. தேர்வுகள்

நம் தேசத்தில் இப்போது நடைமுறையில் இருக்கும் தேர்வு முறை என்பது நம் கல்வியின் மிகப் பெரிய சாபமாகவே இருக்கிறது.

ஏற்கெனவே மோசமாக இருக்கும் நம் கல்வித் திட்டத்தில் பரீட்சைகளுக்கு மிக அதிக முக்கியத்துவம் தந்துவைத்திருப்பதால் அது மேலும் மோசமானதாகவே ஆகிவிட்டிருக்கிறது. தனிப்பட்ட மாணவர்களின் அல்லது பள்ளிகளின் திறமையை மதிப்பெண்கள் அடிப்படையில் மதிப்பிடுவதென்பது அவசியமே இல்லை. மேலும் இந்த மதிப்பீடுகள் முழுமையாகவும் இல்லை என்பதுதான் நிபுணர்களின் கருத்தாக இருக்கிறது.

தேர்வுகள் முழுமையானவையாக இல்லை. நம்பத்தகுந்தவையாக இல்லை. குத்துதிப்பாகக் கணக்கிடப்படுவதாக தொடர்ந்து மாறுதலுக்கு உட்பட்டதாகவேஎ இருக்கிறது. நாம் வடிவமைக்கும் புதிய கல்வித்திட்டத்தை இந்தவகையான தேர்வுகளின் எதிர்மறை விளைவுகளில் இருந்து பாதுகாத்தாகவேண்டும்.

குறிப்பிட்ட விஷயத்தில் ஒரு பள்ளியில் என்னவிதமாக கல்வி தரப்பட்டிருக்கிறது என்பதைப் பரிசோதிக்க, கல்விக் குழுவின் ஆய்வாளர்கள் பள்ளியில் குறிப்பிட்ட சில விஷயங்களின் அடிப்படையில் பரிசோதித்துப் பார்த்து முடிவுக்கு வரலாம். பாடத்திட்டங்களை பரிசீலனை செய்து வடிவமைக்கும் நிபுணர்களுடன் கலந்து பேசி இந்தத் தேர்வுகளை நடத்தவேண்டும். ஒட்டு மொத்த பாடத்திட்டங்களையும் உள்ளடக்கியதாக இவை இருக்கவேண்டும். எந்தவித பாரபட்சம் இன்றியும் தனிப்பட்ட தீர்மானங்கள் சாராததாகவும் இருக்கவேண்டும்.

குறிப்பிட்ட சில விஷயங்களைப் பரிசோதிக்கும் இந்தத் தேர்வு முறையானது பள்ளிக் கல்வி அமைப்புக்கு மிகுந்த வலு சேர்க்கும். இறுதி வகுப்பின் கல்வி நாட்களை ஆறு வாரங்கள் அதிகரிக்கவும் வைக்கும். தேர்வுகள் என்ற நெருக்கடி காலத்துக்கு முன்பாக, இப்போது அந்தக் காலகட்டமானது வெறுமனே ஆசிரியர்கள் தரும் ‘குறிப்புகளை’ மனப்பாடம் செய்வதிலும் ‘பாடங்களை மீள் பார்வையிடுவதிலும்’ வீணடிக்கப்பட்டு வருகிறது..

அடிப்படைத் தொழில்கல்வியில் ஒவ்வொரு மாணவரும் பெற்றிருக்கும் திறமையைப் பரிசோதிக்கும் காலகட்டமாக இதை மாற்றிக்கொள்ளவேண்டும். எந்த சமூகத்தின் அங்கமாக இந்தப் பள்ளிக்கூடம் இயங்குகிறதோ அந்த கிராம சமூகத்தின் மேம்பாட்டுக்கு உதவும் வகையில் ஒவ்வொரு மாணவருடைய பங்களிப்பை அதிகரிக்கவைப்பதாகவும் அமையும்.

மாணவர்களின் பாடம் மற்றும் கைத்தொழில் சார்ந்த திறமையைப் பள்ளி ஆசிரியர்கள் தொடர்ந்து பதிவு செய்துவரவேண்டும். அதன்

அடிப்படையில்தான் ஒரு வகுப்பில் இருந்து அடுத்த வகுப்புக்கு மாணவர்கள் தகுதி உயர்த்தப்படவேண்டும். குறிப்பிட்ட செய் நேர்த்தியை அனைவரும் பெற்றிருக்கவேண்டும் என்பதற்காக தேசியக் கல்விக் கழகமானது ஆண்டு தோறும் பல்வேறு பிரிவுகளில் தனிப்பட்ட தேர்வுகள் நடத்தவேண்டும். முடிந்த வரையில் ஏற்கெனவே ஏதேனும் வகுப்பில் செய்துமுடித்தவற்றை அல்லது அப்படியான எதையும் மீண்டும் செய்துகாட்டுதல் என்பதாக அது இருக்கக்கூடாது.

ஒரு வகுப்பில் அதிக மாணவர்கள் 'தேர்ச்சி பெறவில்லை' யென்றால் ஆசிரியரின் செயல்பாடுகளை கூடுதல் அக்கறையுடன் கண்காணிக்கவேண்டும். ஏதேனும் பள்ளியில் அதிகம் பேர் தேர்ச்சி பெறவில்லையென்றால் அந்தப் பள்ளியின் நிர்வாக அமைப்பைக் கண்காணிக்கவேண்டும். ஒரு மாவட்டத்தின் பள்ளிகள் அனைத்திலும் இப்படியான பின்னடைவு இருந்தால் பாடத் திட்டத்தில் அல்லது ஒவ்வொரு வகுப்புக்கும் நிர்ணயித்திருக்கும் விதிமுறைகள், இலக்குகளில் ஏதோ குறை இருக்கிறது என்று அர்த்தம். இதை உடனே சரிசெய்தாகவேண்டும். ஒரே வகுப்பில் மாணவர்களை மீண்டும் படிக்கவைப்பதில் எந்தவொரு நியாயமும் இல்லை.

தேசிய கல்விக் கழகமானது குறிப்பிட்ட சில விஷயங்களில் தேர்வு நடத்தி பரிசோதிக்கவேண்டும் என்று முன்பே சொல்லி யிருந்தோம். மாணவர்களுக்குக் குறிப்பிட்ட கைத்தொழிலில் கிடைத்திருக்கும் திறமை, பள்ளி அமைந்திருக்கும் சுற்றுப்புற சமுதாயத்தின் மேம்பாட்டுக்கு மாணவர்களும் ஆசிரியர்களும் ஆற்றியிருக்கும் பங்களிப்பு ஆகியவற்றின் அடிப்படையில் இந்த மதிப்பீடுகள் அமையவேண்டும். பள்ளியின் செயல்பாடுகள் தொடர்பான வருடாந்தர மாவட்டக் கண்காட்சிகள் நடத்தி வந்தால், பள்ளிகளின் இந்த சாதனைகள் தொடர்ந்து நடக்க வழிவகுக்கும்.

நிர்வாகம்

1. புதிய தொழில் வழிக் கல்வித் திட்டம் வெற்றியடைய வேண்டுமென்றால் பள்ளியில் சேரும் மாணவர்கள் முழு ஏழு ஆண்டுகளும் கல்வி பெற்றாகவேண்டும். கட்டாயக் கல்வி என்பது ஏழு ஆண்டுகளுக்கும் அதிகமாக இருந்தாகவேண்டும் என்றும் நன்கு யோசித்துப் பரிந்துரைக்கிறோம். அனைத்துக் குழந்தைகளுக்கும் அடிப்படைக் கல்வி முடிந்த அளவுக்கு

ஒரேமாதிரியாக இருக்கவேண்டும் என்றும் முழுவதும் இலவசமாக இருக்கவேண்டும் என்றும் விரும்புகிறோம். ஏழு வயதில் இருந்து 14 வயதுக்குள் இருக்கும் ஆண், பெண் குழந்தைகள் அனைவருக்கும் இந்தக் கல்வி கட்டாயம் கிடைக்கவேண்டும். எனினும் பெண் குழந்தைகளின் பெற்றோர் 12 வயதுக்கு மேல் பள்ளியில் இருந்து தம் குழந்தைகளை விலக்கிக் கொள்ள விரும்பினால் அதற்கும் இடம் தரப்படும்.

2. ஏழு அல்லது அதற்கு மேற்பட்ட வயதில் இந்தக் கட்டாயக் கல்வியில் குழந்தைகள் சேர்க்கப்பட்டாக வேண்டும். இப்படிச் சொல்லியிருப்பதன் மூலம் ஏழை கிராமப்புறங்களில் வாழும் குழந்தைகள் இதற்கு முந்தைய மிக முக்கியமான காலகட்டத்தில் பாதகமான சூழலில் வாழ நேரும் என்பதையும் கணக்கில் கொண்டிருக்கிறோம். எனவே மூன்று வயதிலிருந்து ஏழு வயது வரையிலும் அரசானது பள்ளிக்கு முந்தைய மழலையர் பள்ளிக் கல்விக்கு ஏதேனும் வழிவகை செய்தாகவேண்டும். இதை நடைமுறைப்படுத்துவதில் இருக்கும் நெருக்கடிகளினால், குறிப்பாக நிதிப் பற்றாக் குறையினால், இந்த யோசனையை இப்போது நாங்கள் பரிந்துரைக்கவில்லை. எனினும் அரசானது இந்தப் பெரிய பொறுப்பை ஒருபோதும் கை கழுவிவிடக்கூடாது. நாங்கள் இங்கே பரிந்துரைத்திருக்கும் புதிய கல்வித் திட்டமானது அதன் உள்ளார்ந்த வலுவுடன் அமல்படுத்தப்படுமென்றால், இப்போது மழலைகளுக்குக் கிடைக்கும் வீட்டுப் பயிற்சியை விட மேலான பயிற்சி கிடைக்க நிச்சயம் வழிவகுக்கும் என்ற நம்பிக்கை எங்களுக்கு இருக்கிறது. விரைவிலேயே நம் தேசத்தில் ஆரம்பித்தாக வேண்டியிருக்கும் முதியோர் கல்விக்கும் இந்தப் புதிய கல்வித் திட்டம் நிச்சயம் பெரிதும் உதவும்.

3. புதிய தொழில் வழிக் கல்வித் திட்டத்தின் பல்வேறு பாடங்களைக் கற்றுக் கொடுப்பதற்கான கால அவகாசம் பற்றி ஒரு தீர்மானத்தை எட்டியிருக்கிறோம். கீழ்க்கண்ட வழிகளில் அவை கற்றுத் தரப்படலாம்:

அடிப்படைத்தொழில் கல்வி 3 மணி நேரம் 20 நிமிடங்கள்
இசை, ஓவியம் 40 நிமிடங்கள்
தாய்மொழிக் கல்வி 40 நிமிடங்கள்
சமூகவியல், அறிவியல் 30 நிமிடங்கள்

உடற்பயிற்சி 10 நிமிடங்கள்
ஓய்வு நேரம் 10 நிமிடங்கள்
மொத்தம் 5 மணிநேரம் 30 நிமிடங்கள்

நூற்பு மற்றும் நேசவுத்தொழிலையே அடிப்படைக் கல்வியாக முன்வைத்திருக்கிறோம். வெவ்வேறு தொழில் வழிக் கல்விக்கு வேறு கால அவகாசம் தேவைப்படலாம். எனினும் இங்கு வரையறைக்கப்பட்டிருக்கும் கால அளவை நிச்சயம் தாண்டக்கூடாது. ஆண்டுக்கு 288 நாட்களும் மாதத்துக்கு 24 நாட்களும் இந்தக் கல்வியில் பள்ளிகள் நடக்கவேண்டும்.

4. ஒவ்வொரு மாணவருக்கும் ஒவ்வொரு விஷயத்தில் விருப்பம் இருக்கும். எனவே, முடிந்த அளவுக்கு பல்வேறு கைத் தொழில்கள் மூலமான கல்வி வழங்க வழிவகை செய்ய வேண்டும். குறைந்தபட்சம் பள்ளிக்கல்வியின் கடைசி இரண்டு ஆண்டுகளில் அதற்கான ஏற்பாடுகள் செய்யவேண்டும்.

5. அனைத்து பள்ளிகளுக்கும் மிகப் பெரிய விளையாட்டு மைதானமும் தோட்டமும் இருக்கவேண்டும்.

6. குழந்தைகளுக்கு ஊட்டச் சத்துக் குறைபாடு இல்லாமல் பார்த்துக்கொள்ள வேண்டும். கிராமத்துக் குழந்தைகள் பொதுவாகவே போதிய ஊட்டச் சத்து இல்லாமல் இருக்கிறார்கள். பள்ளிக்கூடங்களில் குழந்தைகளுக்கு சிறிய அளவில் ஊட்டச் சத்து நிறைந்த உணவு கிடைக்க வழிவகை செய்யவேண்டும். இதைச் செய்வதற்கு ஆகும் நிதி உதவியை மக்களிடமிருந்து அரசு எளிதில் பெற்றுக்கொள்ளமுடியும் என்று உறுதியாக நம்புகிறோம்.

7. ஆசிரியர்களுக்கான சம்பளம், மகாத்மா ஜி சொன்னதுபோல் முடியுமானால், ரூ 25 ஆக இருக்கவேண்டும். இல்லை யென்றால் ரூ 20க்குக் குறையாமல் இருக்கவேண்டும் (அன்றைய ஒரு பவுன் தங்கத்தின் விலை சுமார் ரூ 24. அதன் அடிப்படையில் பார்த்தால் அந்த ரூ 25 சம்பளம் என்பது இன்றைய மதிப்பில் ரூ 40,000க்கு சமம்). உயர் வகுப்பு ஆசிரியர்கள், கூடுதல் கல்வித் தகுதி உடையவர்களாக இருக்கவேண்டும் என்றும் பரிந்துரைத்திருக்கிறோம். எனவே அவர்களுக்கு இதைவிடக் கூடுதல் சம்பளம் தரவேண்டும்.

8. இந்தப் புதிய கல்வித்திட்டத்தின் முதல் இரண்டு அல்லது மூன்று வருடங்களுக்கு சிறப்புப் பயிற்சியும் திறமையும் மிகுந்த ஆசிரியர்கள் பணி நியமனம் செய்யப்படவேண்டும்.

அவர்களுக்கு அதிக சம்பளம் கொடுக்கவேண்டியதிருந்தாலும் கொடுத்துவிடவேண்டும். தேர்ந்தெடுக்கப்பட்ட சில பள்ளிகளில் ஆசிரியராகப் பணி புரிந்து, இந்தப் புதிய திட்டத்துக்குத் தேவையான பாடத்திட்டங்களையும் கல்வி முறைகளையும் வடிவமைக்கவேண்டும். இந்த முன்னோர் காலகட்டத்தை வெற்றிகரமாகக் கடந்ததும் நம்முடைய ஆசிரியர் பயிற்சிப் பள்ளிகளில் மூன்றாண்டு பயிற்சி பெறும் சாதாரண ஆசிரியர்களுக்கும் இந்தப் புதிய கல்வி முறையை எளிதில் கற்றுத்தர வழி பிறந்துவிடும்.

9. ஒரு வகுப்பில் 30 மாணவர்களுக்கு மேல் இருக்கக்கூடாது. அதைவிட அதிக எண்ணிக்கையில் இருந்தால் ஆசிரியர் களுக்கு, திறமையாக அனைத்துப் பொறுப்புகளையும் நிறைவேற்ற முடியாமல் போய்விடும்.

10. ஆசிரியர்களைத் தேர்ந்தெடுக்கும்போது, பள்ளி அமையவிருக்கும் பகுதியைச் சேர்ந்தவர்களுக்கு முன்னுரிமை தரவேண்டும்.

11. ஆசிரியைகள் அதிக அளவில் இந்தத் துறைக்கு வரவேண்டும். அதற்குத் தேவையான சிறப்பு முயற்சிகள் எடுக்கப்பட வேண்டும்.

12. ஆசிரியப் பயிற்சிக்குத் தேர்ந்தெடுக்கும்போது மிகவும் கவனமாகவும் திறமையாகவும் செயல்படவேண்டும். நம்பகமான தேர்வு முறை ஒன்றை உடனே வடிவமைக்க வேண்டும். இந்தக் கடினமான பிரச்னைக்குத் தீர்வு காணப்பட வில்லையென்றால், இந்தப் புதிய தொழில்வழிக்கல்வித் திட்டம் வெற்றி பெறவே முடியாது. ஆரம்பப் பள்ளிகளில் கற்றுக் கொடுப்பதற்கு விசேஷமான திறமையும் ஒழுக்கம் நிறைந்த மனநிலையும் குணங்களும் மிகவும் அவசியம். ஆசிரியராக விருப்பம் தெரிவிக்கும் அனைவரையும் ஆசிரியராக்கிவிடக்கூடாது. தேர்வு நடவடிக்கைகளை மிகுந்த கவனத்துடனும் தொலைநோக்குப் பார்வையுடனும் முன்னெடுக்கவேண்டும். உளவியலாளர்கள் சொல்வதுபோல் 'சரியான சமூக வகையினரை' தேர்வு செய்யவேண்டும்.

13. இந்தப் பயிற்சி மையங்கள் எல்லாம் உடனுறை மையங்களாக இருக்கவேண்டும். அனைத்து ஜாதி, மத, வர்க்கத்தினரை உள்ளடக்கியதாக இருக்கவேண்டும். தீண்டாமை, சம பந்தி தொடர்பான கட்டுப்பாடுகள் எதுவும் இருக்கக்கூடாது.

14. இந்தப் பயிற்சி மையங்களில் கைவினைக் கலைஞர்களும் தொழிலாளர்களும் கூட தொழில் கல்வி தொடர்பான பயிற்சி

தர நியமிக்கப்படலாம். ஆசிரியர்கள் தொழில் வழிக் கல்வியைக் கற்றுத் தருவதிலும் பள்ளி மாணவர்கள் தயாரிக்கும் பொருட்களை சந்தையில் விற்றுத் தருவதிலும் உள்ளூர் கைவினைக் கலைஞர்களின் உதவியை நாடலாம்.

15. பயிற்சிக் கல்லூரிகளிலும் பள்ளிகளிலும் புதிய நுட்பங்கள் மற்றும் மறு பரிசீலனை சார்ந்த புத்தாக்கக் கல்வி வகுப்புகளைப் பெரிய அளவில் நடத்தவேண்டும். ஆசிரியர்களின் திறமையைத் தொடர்ந்து மேம்படுத்த இது மிகவும் அவசியம். கலாசாரம், தொழில் நிபுணத்துவம், தொழில் துறை என பலதரப்பட்ட பாடங்கள் கற்றுத்தரப்படவேண்டும்.

16. ஒவ்வொரு பயிற்சி மையத்துடனும் ஒரு பரிசோதனைப் பள்ளி இணைக்கப்பட்டிருக்கவேண்டும். புதிய புதிய கல்விக் கொள்கைகள் மற்றும் கல்வி வழிமுறைகள் எல்லாம் இந்தப் பள்ளிகளில் பரிசோதனை செய்துபார்க்கப்பட்டு, வளர்த்தெடுக்கப்படவேண்டும். சிறப்புப் பயிற்சி பெற்ற ஆசிரியர்களைக் கொண்ட இந்தப் பள்ளிகள் அந்தப் பகுதிக்கே முன் மாதிரிக் கல்வி மையமாகத் திகழவேண்டும். பிற பள்ளி ஆசிரியர்கள் அங்கு போய் கல்வி கற்றுத்தரப்படும்விதம், கல்வி உபகரணங்கள், பாட புத்தகங்கள், அந்தக் கல்வி முறை செயல்படும் விதம் ஆகியவற்றைப் பார்த்து ஞானம் பெறவேண்டும்.

17. கைத் தொழிலின் அறிமுகம், பாடங்களை ஒருங்கிணைத்தும் தொடர்புபடுத்தியும் பார்த்தல், வாழ்க்கையுடன் கல்விக்கான நெருங்கிய தொடர்பைப் புரியவைத்தல், எதையும் கைகளால் செய்து பார்த்துப் புரிந்துகொள்ளுதல், மாணவர்களின் தனிப்பட்ட உத்வேகம், சமூகப் பொறுப்பு உணர்வு இவையெல்லாம் இந்தப் புதிய கல்வித்திட்டத்தின் முக்கிய அம்சங்கள். இந்த இலக்கை அடைவதற்குத் தேவையான புத்தகங்கள், ஆவணங்கள் ஆகியவற்றை மாணவர்களுக்கும் குறிப்பாக முதலில் ஆசிரியர்களுக்கும் கொடுத்துவிட வேண்டும். அது நடந்தாலே இந்தத் திட்டம் வெற்றி பெற முடியும். விளக்க நூல்கள், ஆசிரியர்களுக்கான கையேடுகள், பாடங்களை ஒருங்கிணைப்பது தொடர்பான செயல்திட்டங்கள் இவையெல்லாம் தயாரிக்கப்படவேண்டும். புது உத்வேகத்துடனான புதிய பாட புத்தகங்களும் உருவாக்கப்பட வேண்டும். ஒவ்வொரு பிராந்தியத்திலும் இருக்கும் கல்விக் கழகம் மற்றும் மத்திய தேசிய கல்விக் கழகம் ஆகியவை இது

தொடர்பான உதவிகளைச் செய்து தரமுடியும். எந்தப் பிராந்தியங்களில் எல்லாம் புதிய தொழில் வழிக் கல்வி அடிப்படையிலான பள்ளிகளை அமைக்கவிருக்கிறார்களோ அங்கெல்லாம் தேவையான புத்தகங்கள், உபகரணங்கள், ஆவணங்கள் அனைத்தையும் வெகு சீக்கிரமே உருவாக்கி விடவேண்டும்.

18. ஒவ்வொரு பிராந்தியத்திலும் இருக்கும் கல்வி நிறுவனத்துக்கு அந்தப் பகுதியில் இருக்கும் பள்ளிகளின் செயல்பாடுகள் தொடர்பான முறையான மதிப்பீடுகள், கண்காணிப்புகள், மேற்பார்வைகள் செய்ய வேண்டிய பொறுப்பு இருப்பதை முன்பே குறிப்பிட்டிருக்கிறோம். ஒவ்வொரு பிராந்தியத்திலும் இருக்கும் கல்விக் கழகமானது செயல் திறம் மிகுந்த கல்வியியலாளர்கள் உருவாக வழிவகை செய்யவேண்டும். இந்த நிபுணர்கள் உருவாக்கும் பள்ளிப் பாடத்திட்டமானது மக்களின் அன்றாட வாழ்க்கையோடு நெருங்கிய தொடர்புடையதாகவும் சாதனைகள் புரிவதற்கான புதிய மதிப்பீடுகள் விதிமுறைகளை முன்வைத்து ஆசிரியர்களுக்கு வழிகாட்டுவதாகவும் இருக்கவேண்டும். கல்வி கற்றுத் தருவதில் முற்போக்கான வழிகளை முயற்சி செய்து பார்க்க வேண்டும். தேசத்தின் பிற பகுதிகளில் முன்னெடுக்கப்பட்ட வெற்றிகரமான பரிசோதனை முயற்சிகள் பற்றி ஆசிரியர்கள் அனைவருக்கும் தெரியவைக்கவேண்டும். ஆசிரியர்கள், ஆசிரியப் பயிற்சியாளர்கள் ஆகியோருக்கு இதன் மூலம் வழிகாட்டவேண்டும்.

19. அதிகாரபூர்வ கல்விக் கழகங்கள் நீங்கலாக, தனியான, அரசு சாரா மத்திய இந்தியக் கல்விக் கழகம் ஒன்றையும் அமைக்க வேண்டும். கல்வி மற்றும் கலாசாரச் செயல்பாடுகள் சார்ந்த நிபுணர்கள் இந்தக் கழகத்தில் உறுப்பினர்களாக இருக்க வேண்டும். இந்த மையங்களின் இலக்கு கீழ்க்கண்டவாறு இருக்கவேண்டும்:

அ) கல்விக் கொள்கை, நடைமுறைப்படுத்தல் தொடர்பாக ஆலோசனை வழங்கும் மையமாகச் செயல்படவேண்டும்.

ஆ) நம் தேசத்திலும் உலகின் பிற பகுதிகளிலும் கல்வி சார்ந்த முயற்சிகளின் நோக்கம், சிந்தனைகள் ஆகியவற்றைப் படித்து ஆராய வேண்டும். விருப்பம் உள்ள அனைவருக்கும் இந்த ஆய்வு முடிவுகள் கிடைக்கச் செய்யவேண்டும்.

இ) தேசத்தின் பல்வேறு பிராந்தியங்கள், மாநிலங்கள், உலக நாடுகள் ஆகியவற்றில் நடந்துவரும் கல்விச் செயல்பாடுகள் பற்றித் தரவுகளைச் சேகரித்து வைக்கவேண்டும்.

ஈ) கல்வி தொடர்பான பிரச்னைகளுக்குத் தீர்வு காண ஆய்வுகள் மேற்கொள்ளவேண்டும்.

உ) கல்விப் பணியாளர்களுக்குத் தேவையான புத்தகங்கள் சஞ்சிகைகள் வெளியிடவேண்டும்.

20. எதிர்காலக் குடிமகன்களுக்கு நன்மை செய்யவேண்டிய பல்வேறு அரசுத்துறைகள் எல்லாம் ஒன்றுக்கொன்று தொடர்பற்று இருக்கின்றன. இது அனைவருக்கும் தெரிந்த உண்மைதான். அரோக்கியமான, மகிழ்ச்சியான, திறமையான பள்ளி-சமூகக் குழுமத்தை உருவக்கும் நோக்கில் சுகாதாரம், விவசாயம், பொதுப் பணித்துறை, கூட்டுறவு, கிராம சுய நிர்வாக அமைப்பு போன்ற துறைகளை ஒருங்கிணைக்கும் துறையாக கல்வித்துறையை வளர்த்தெடுக்கவேண்டும்.

மஹாத்மாவுக்கு திட்டக் குழுவினர் எழுதிய கடிதம்

மஹாத்மாஜி,

அடிப்படைக் கல்வித் திட்டத்துக்கான வகுப்புகள் வாரியான பாடத்திட்டத்தை நீங்கள் கேட்டுக்கொண்டதன்படி தயாரித்திருக் கிறோம். அதை உங்கள் பார்வைக்குத் தருவதற்கு முன் இந்தப் பாடத்திட்டத்தின் பின்னால் இருக்கும் கொள்கைகள், சிந்தனைகள் ஆகியவற்றைச் சரியாகப் புரிந்துகொள்ளாதவர்கள் எழுப்பும் சில முக்கிய சந்தேகங்களைத் தெளிவுபடுத்த விரும்புகிறோம்.

முதலில், இந்தத் திட்டத்தை வடிவமைப்பதில் எங்களுக்கு இருக்கும் போதாமைகளைச் சுட்டிக்காட்டிவிட விரும்புகிறோம். இப்போது தேசத்தில் நடைமுறையில் இருக்கும் கல்வி வழிமுறை களை முழுமையாக மறு கட்டமைப்பும் செய்யும் இலக்குடன் இந்த புதிய பாடத்திட்டத்தை வடிவமைத்திருக்கிறோம். இந்த ஆய்வறிக்கை முன்வைத்திருக்கும் வழிகாட்டிக் குறிப்புகளின் அடிப்படையில் ஒரு பாடத் திட்டத்தை உருவாக்குவதற்கு மிக விரிவான பரிசோதனை முயற்சிகள் முன்னெடுக்கப்பட்டிருக்க வேண்டும். அப்படியான அனுபவ அறிவின் அடிப்படையில்தான் தேவையான அனைத்துத் திருத்தங்கள், செழுமைப்படுத்தல்களை நம்பிக்கையுடன் செய்ய முடியும்.

இந்தப் பாடத்திட்டத்தை வடிவமைப்பதில் ஆசிரியத்துறையில் எங்கள் அனைவருக்கும் கிடைத்திருக்கும் அனுபவ அறிவை முழுமையாகப் பயன்படுத்திக் கொண்டிருக்கிறோம். நண்பர்களிட மிருந்து கிடைத்த ஆலோசனைகளையும் முழுமையாகப் பயன்படுத்திக்கொண்டிருக்கிறோம். ஆனால், இந்தத் திட்டம் ஒருவகையில் உத்தேச வடிவிலானதுதான்.

இந்த ஆய்வறிக்கையில் நாங்கள் முன்வைத்திருக்கும் ஒருங்கிணைக்கப்பட்ட கற்பித்தல் முறைகளை நடைமுறைப் படுத்தி, அதன் அடிப்படையிலான தீர்மானங்கள், அனுபவங்கள் ஆகியவற்றின் அடிப்படையில் இந்தப் பாடத்திட்டத்தை இறுதி செய்துகொள்ளலாம்.

இந்தப் புதிய தொழில் வழிக் கல்வித் திட்டத்தை விஞ்ஞானபூர்வமாக நமது பயிற்சி மையங்கள், கல்லூரிகள், புதிய பள்ளிகள் ஆகியவற்றில் நடைமுறைப்படுத்தவிருக்கும் ஆசிரியர்கள் தமது அனுபவங்கள் மற்றும் புரிதல்களைத் தொடர்ந்து ஆவணப்படுத்திவரவேண்டும். அதுதான் இந்தப் பாடத்திட்டத்தை மேலும் வளர்த்தெடுக்கப் பெரிதும் உதவிகரமாக இருக்கும். ஆசிரியர்கள் தரப்பில் இப்படியான பரீட்சார்த்த விஷயங்களை ஆர்வத்துடன் முன்னெடுக்கும் அணுகுமுறையே இந்தப் புதிய கல்வித்திட்டத்தை வெற்றி பெறச் செய்யும்.

நெசவு மற்றும் நூற்பை அடிப்படைத் தொழில் கல்வியாக வைத்து (எடுத்துக்காட்டான தொழிலாக வைத்து) ஏழு ஆண்டுகளுக்கான அடிப்படைக் கல்வியின் விரிவான பாடத்திட்டங்களை வகுப்பு வாரியாக வரையறுத்திருக்கிறோம். மொழிப் பாடம், கணிதம், சமூகவியல் பாடம், பொது விஞ்ஞானம், ஓவியம் முதலான முக்கிய பாடங்களை அந்தந்த வகுப்புகளுக்காக வரையறுக்கப்பட்ட கால அளவுக்குள் முடிந்த அளவுக்கு அடிப்படைத் தொழில்வழிக் கல்வியுடன் ஒருங்கிணைத்துக் கற்றுக் கொடுத்துவிடமுடியும்.

வரையறுக்கப்பட்டுள்ள பாடங்கள் மிகவும் அதிகம் என்று சில விமர்சகர்கள் சொல்லியிருக்கிறார்கள். இந்தப் பாடத்திட்டம் ஒருபக்கம் அந்தக் குற்றச்சாட்டு சரியல்ல என்பதையும் இன்னொரு பக்கம் எந்தவொரு முக்கியமான கலாசார அம்சமும் பாடத்திட்டத்தில் விடுபட்டுவிடவில்லை என்பதையும் நிரூபித்துக் காட்டும்.

நெசவு, தச்சு என எங்கள் ஆய்வறிக்கையில் இரண்டு தொழில் கல்விகளை மிக முக்கியமானவையாகப் பரிந்துரைத்திருக்கிறோம். இந்தத் தொழில்கள் சார்ந்து எங்களுக்கு எந்தவொரு அனுபவமும் போதிய நிபுணத்துவமும் இல்லை. எனவே இது தொடர்பாக நாங்கள் எங்கள் குழுவுக்கு வெளியில் இருக்கும் நிபுணர்களிடம் அது சார்ந்த பாடத்திட்டத்தைத் தயாரிக்கும் பொறுப்பை ஒப்படைத்திருந்தோம். இந்தத் தொழில்வழிக் கல்வி தொடர்பான பாடங்கள் நீங்கலாக, பிற பொதுவான துறைகள் சார்ந்த பாடத்திட்டமானது இந்த இரண்டு தொழில்களின் அடிப்படையில் கற்றுத்தரவும் அனைத்துப் பாடங்களை ஒருங்கிணைத்துக் கற்றுத்தரவும் முடியும் என்று உறுதியாக நம்புகிறோம்.

பல்வேறு பாடங்களுக்கு இடையிலான திறமையான, இயல்பான ஒத்திசைவை உருவாக்கவும் குழந்தைகளின் புரிந்துகொள்ளும்

திறனுக்கு ஏற்பவும் பள்ளிச் சுற்றுச் சூழலுக்கு ஏற்ப வடிவமைக்கவும் விரும்பினோம். அதற்கு பள்ளியின் சுற்றுச் சூழல், சமூகச் சுற்றுச் சூழல், தொழில் கல்வி ஆகிய மூன்று ஒன்றுக்கொன்று தொடர்புடைய முக்கிய அம்சங்களைக் கணக்கில் எடுத்துக் கொண்டிருக்கிறோம். அடிப்படைத் தொழில்தான் இவை அனைத்தும் ஒருங்கிணையும் மையப் புள்ளி. அதுதான் பள்ளியின் சுற்றுச் சூழலில் இருக்கும் வளங்களைச் சமூக நலன் சார்ந்து பயன்படுத்த வழிவகுக்கும்.

தேர்ந்தெடுக்கப்படும் பாடங்களானது இந்த மூன்று அம்சங்களுடன் எப்படி ஒருங்கிணைக்கப்படப் போகிறது என்பது தொடர்பாக நாங்கள் அடிப்படைக் கல்வியான நூற்பு மற்றும் நெசவுத் தொழில் சார்ந்து பல்வேறு பாடங்களை ஒருங்கிணைத்து ஒரு முன்னுதாரணத்தை வடிவமைத்துக் காட்டியிருக்கிறோம். இந்தக் கல்வித் திட்டம் மாணவர்களை மையமாகக் கொண்டிருக்கவில்லை என்ற குற்றச்சாட்டுக்குப் பதில் சொல்வதாகவும் அது இருக்கும்.

எங்கள் ஆய்வறிக்கையில் நாங்கள் அழுத்தமாக முன்வைத்திருக்கும் நிபந்தனைகள், சிந்தனைகள் ஆகியவைபற்றி,போதிய புரிதல் இல்லாமல்தான் இந்த விமர்சனம் வைக்கப்படுகிறது. எங்கள் அறிக்கையின் பின்னிணைப்பில் இந்தப் புதிய தொழில் வழிக் கல்வித் திட்டமானது எந்த அளவுக்குக் குழந்தைகளை மையமாகக் கொண்டு அமைக்கப்பட்டிருக்கிறது என்பதை எங்கள் குழுவின் உறுப்பினர் ஒருவர் மிக அற்புதமாகப் படம்பிடித்துக் காட்டியிருக்கிறார்.

செயல்முறையை அடிப்படையாகக் கொண்டும் குழந்தைகளின் சமூக, பள்ளிச் சுற்றுச்சூழலைக் கணக்கில் கொண்டும் இந்தக் கல்வித் திட்டம் வடிவமைக்கப்பட்டிருக்கிறது. அப்படி இருக்கும் போது, எதனால் குழந்தைகளை மையமாகக் கொள்ளாமல் இன்றைய கல்வியைப் போல் வெறும் புத்தகப் பாடப் படிப்பை மட்டுமே மையமாகக் கொண்டதாகவே இருக்கும் என்று எங்களுக்குப் புரியவே இல்லை.

ஆசிரியர்களும் பள்ளி சார்ந்த பணிகளில் ஈடுபடுபவர்களும் இந்தக் கல்வித்திட்டமானது செயல் துடிப்பான பாடத் திட்டத்தை அடிப்படையாகக் கொண்டு உருவாக்கப்பட்டிருக்கிறது என்பதைக் கட்டாயம் புரிந்துகொண்டாகவேண்டும். இந்தப் புதிய கல்வித் திட்டமானது பள்ளிக்கூடங்களைத் துடிப்புடன் செயல்படும்

மையங்களாக, பரிசோதனைகள், புதிய கண்டுபிடிப்புகள் ஆகியவற்றை மேற்கொள்ளும் மையங்களாகச் செயல்பட வேண்டும். வெறுமனே பிறருடைய அனுபவங்களில் இருந்து சொல்லப்பட்டவற்றை அப்படியே நகலெடுத்துப் பின்பற்றும் மையமாக இருக்கக்கூடாது.

பாடத்திட்டங்களைப் பொறுத்தவரையில், கற்றுக் கொடுப்பவை எல்லாமே வாழ்க்கையோடு நெருங்கிய தொடர்பு கொண்டவையாக, அடிப்படைத் தொழில் மற்றும் சமூகம், சுற்றுச் சூழல் ஆகியவற்றுடன் பின்னிப் பிணைந்தவையாக இருக்கவேண்டும். ஒரு குழந்தை கற்றுக் கொள்ளும் பாடமானது செயல்வடிவம் பெற்று அன்றாட வாழ்க்கையில் பயன் தருவதாக இருக்க வேண்டும். குழந்தையின் வளர்ச்சிப் போக்கில் அது பின்னிப் பிணைந்ததாக இருக்கவேண்டும்.

இந்த பாடத்திட்டத்தை வடிவமைப்பதில் பாடங்களை எல்லாம் அனுபவ பூர்வமாகப் புரிந்து, உணர்ந்து கொள்ளத் தகுந்த வகையில் அதிகக் கவனம் செலுத்தியிருக்கிறோம். இந்தப் பாடங்களில் ஒரு மாணவர் தேர்ச்சிபெறும்போது, தனது சுற்றுச் சூழலை அவர் நன்கு புரிந்துகொண்டவராகப் பரிணமித்திருப்பார். அறிவுக் கூர்மையுடன் எதிர்வினை புரிபவராக இருப்பார். ஏனென்றால் வாழ்க்கைச் சூழலில் ஒருவர் எதிர்கொள்ளும் பிரச்னைகள், நெருக்கடிகள் ஆகியவற்றின் மீது கவனத்தைக் குவிக்கும்படி இந்தக் கல்வித் திட்டம் உருவாக்கப்பட்டிருக்கிறது.

இந்தக் கல்வித் திட்டத்தில் நிறைய விஷயங்களை மேம்படுத்த நிச்சயம் இடம் உண்டு. ஆனால், பாடங்களுக்கு இடையே எந்தவித ஒருங்கிணைப்பும் இல்லாமல், குழந்தைகளின் நேரடிச் செயல்முறை அனுபவங்களாக ஆகாமல், சமூக வாழ்க்கை மீதான எந்தவொரு தாக்கமும் செலுத்தாமல் இருக்கும் இன்றைய கல்வி முறையைவிட இந்தப் புதிய தொழில் வழிக் கல்வியானது மிகவும் சரியான அணுகுமுறை என்பதில் மிகுந்த நம்பிக்கை கொண்டிருக்கிறோம்.

சமூகவியல் பாடம் அல்லது பொது அறிவியல் பாடம் ஆகியவை நாங்கள் சொல்லும் விஷயத்தை நன்கு புரியவைக்கும். இந்தப் பாடங்கள் ஓவியத்துடன் தொடர்புடையதாக இருக்கும். வரலாறு, புவியியல் பாடங்கள் அடிப்படைத்தொழில் கல்வி தொடர்பான குழந்தையின் புரிதல் மற்றும் திறமையை வளர்த்தெடுக்கும். தோட்டக் கல்வியும் விவசாயக் கல்வியும் பள்ளிக் கல்வியின் ஓர்

அங்கமாக இருக்கும்போது, பள்ளியானது சமூகம் மற்றும் மாணவருடைய வாழ்க்கையின் செயல் துடிப்பு மிகுந்த அனுபவ மையமாகத் திகழும்.

இந்த கல்வித் திட்டம் வெற்றி பெற வேண்டுமென்றால் ஆசிரியர்கள் மிகவும் அறிவுக் கூர்மை மிகுந்தவர்களாகவும் துடிப்பானவர்களாகவும் சூழலுக்கும் நிகழ்வுகளுக்கும் மிகச் சிறப்பாக எதிர்வினை புரிபவர்களாகவும் இருந்தாகவேண்டும். கற்றுக் கொடுக்கும் முறையில் துடிப்பும் செயல் முறைக்கான உத்வேகமும் இல்லையென்றால் மிகச் சிறந்த பாடத்திட்டமும் கூட வீணாகிப் போய்விடும். இந்தக் கல்வித் திட்டம் முழு வெற்றியடையவேண்டுமென்றால் என்ன விதமான முறையில் இந்தப் பாடங்களைக் கற்றுத்தரவேண்டும் என்பது தொடர்பாகவும் விளக்கியிருக்கிறோம்.

சமூகவியல் பாடங்கள், பொது விஞ்ஞானம் ஆகியவற்றை ஆசிரியர்கள் எந்திரத்தனமாகத் துண்டறிக்கைகளைப் பார்த்து கற்றுத் தருவதுபோல் கற்றுத் தந்தாலோ மாணவர்கள் அர்த்தம் புரியாமல் வெறுமனே அவற்றை மனப்பாடம் செய்துவிட்டுப் போனாலோ பல்வேறு பாடங்களுக்கு இடையிலான தொடர்பை அவர்கள் புரிந்துகொள்ளமுடியாமல் போனாலோ இந்தப் பாடத்திட்டம் தோற்றுப் போய்விடும். குழந்தைகள் அனைத்தையும் சுயமாகச் செய்து பார்த்து, வாழ்க்கை மற்றும் சமூகத்தோடு இணைந்த உண்மையான கற்றல் சூழலில் புரிந்துகொண்டால்தான் இந்தத் தொழில் வழிக் கல்வித்திட்டம் வெற்றியடையமுடியும்.

தாய்மொழிப் பாடத்தில் மொழி மற்றும் இலக்கியத்தின் படைப்பூக்கம் மற்றும் பயன்பாட்டு அம்சங்கள் ஆகிய இரண்டுக்கும் முக்கியத்துவம் கொடுக்க முயன்றிருக்கிறோம். வாய் மொழியாகக் கற்றுத்தரும் பாடம் மற்றும் பாடக் கருவிகள், வழிமுறைகள் ஆகியவற்றைக் குழந்தைகளின் விருப்பங்கள், வாழ்க்கை முதலியவற்றை மையமாகக் கொண்டு அமைத்திருக்கிறோம். குழந்தைகள் காலப்போக்கில் கீழ்க்கண்ட விஷயங்களில் திறமை பெற்றிருக்கவேண்டும்:

1. சுற்றியிருக்கும் இயற்கையில் இருக்கும் அதிசயங்களை ரசித்துப் புரிந்துகொள்ளும் திறமை வளரவேண்டும்.
2. பள்ளியில் கற்றுத் தரும் தொழில் கல்வி, வீட்டு வாழ்க்கை, கிராம வாழ்க்கை, பள்ளிச் செயல்பாடுகள் ஆகியவற்றைக்

கூர்ந்து கவனித்து அவற்றை விளக்கமாகச் சொல்லும் திறன் பெற்றிருக்கவேண்டும்.

3. அன்றாடச் சமூகத்தொடர்புகள் சார்ந்து எளிய வணிக, அரசு அலுவலகங்களுக்கான கடிதங்கள், உறவினர், நண்பர்களுக் கான கடிதங்கள் எழுதத் தெரிந்திருக்கவேண்டும்.
4. அடிப்படைக் கைத் தொழில்களில் கற்றுத் தேர்ந்திருப்பவை தொடர்பான மதிப்பீட்டுப் பட்டியல் உருவாக்க வேண்டும்.
5. பள்ளி இதழ்களின் ஆசிரியராக இருந்து செழுமைப்படுத்துதல், அன்றாடச் செய்தித்தாள் உருவாக்கம் ஆகியவற்றில் பயிற்சி பெற்றிருக்கவேண்டும்.
6. பொதுவான விஷயங்கள் தொடர்பாகக் கணிசமான நேரம் தடையின்றி, தெளிவாக, அறிவார்ந்த மேடைப் பேச்சுத் திறமையை வளர்க்கவேண்டும்.
7. இலக்கியங்களுடன் பரிச்சயம் ஏற்பட்டிருக்கவேண்டும்.

இந்த பாடத்திட்டங்கள் கைத்தொழில், சமூகவியல், கிராம வாழ்க்கை மற்றும் செயல்பாடுகள் ஆகியவற்றுடன் தாய் மொழி வழிக் கல்வி நெருங்கிய பந்தம் கொண்டதாக வடிவமைக்கப் பட்டிருக்கும். தாய் மொழியில் ஆளுமை என்பது வெறும் கல்வி சார்ந்ததாக மட்டும் நின்றுவிடாமல் அன்றாட வாழ்க்கையில் நிகழ்பவற்றைப் புரிந்துகொள்ளவும் பயன்படுத்திக் கொள்ளவும் உதவுவதாக இருக்கும்.

சமூகவியல் பாடத்திட்டத்தில், பள்ளிக் குழந்தைகள் தாம் வாழும் சமூகச் சூழலின் நிலவியல் சார்ந்த அம்சங்கள், வரலாற்றுகாலம் சார்ந்த அம்சங்கள் ஆகியவற்றை அனுசரித்து நடந்துகொள்ளக் கற்றுத் தரப்படும். இன்றைய பிரச்னைகளை அறிவுபூர்வமாகப் புரிந்துகொள்ளவும் சரியான சமூக, அறிவார்ந்த மனநிலையை வளர்த்தெடுக்கவும் இந்தப் பாடத்திட்டம் விரும்புகிறது. எனவே அதுதொடர்பான விஷயங்கள் இந்தப் பாடத்திட்டத்தில் இடம்பெற்றுள்ளன.

பள்ளிக் குழந்தைகளின் வாழ்க்கைச் சூழல், அவற்றின் முக்கிய அம்சங்கள், பள்ளியில் சுய நிர்வாக அமைப்புகளை வளர்த் தெடுத்தல், கடமைகளையும் பொறுப்புகளையும் பரஸ்பரம் புரிந்துகொண்டு ஒவ்வொருக்கும் ஒரு வேலையைப் பிரித்துக் கொடுத்துச் செயல்படும் சமூகக் கூட்டுறவு மனநிலையை உருவாக்குதல் ஆகியவை தொடர்பான அறிவார்ந்த புரிதல் இதற்கு மிகவும் அவசியம்.

இந்தப் பாடங்கள் எல்லாம் ஒன்றுக்கொன்று நெருக்கமான ஒருங்கிணைப்பு பெற்றதாக இருந்தால் மட்டும் போதாது. அவை குழந்தைகளின் வீடு, கிராமம், அங்கு நடக்கும் தொழில்கள், கைவினைக் கலைகள் முதலான சமூகச் சூழலை மையமாகக் கொண்டு அந்தப் பாடங்கள் உருவாக்கப்பட்டிருக்கவேண்டும். பழங்குடி வாழ்க்கை, பழங்கால நாகரிகங்கள் தொடர்பான கதைகள், பல்வேறு சமூக பூகோளச் சூழலில் மனித வாழ்க்கையும் தொழில்களும் எப்படியெல்லாம் வளர்ந்து வந்திருக்கின்றன என்பவையும் கற்றுத் தரப்படவேண்டும்.

ஆரம்ப நிலை வகுப்புகளில் பூகோளம், இயற்கை தொடர்பான பாடங்கள் கற்றுத் தரும்போது, பள்ளி அமைந்திருக்கும் பகுதியின் பல்வேறுவிதமான பருவ நிலை பற்றிய பாடங்களில் இருந்து ஆரம்பிக்கவேண்டும். அறிவுக்கூர்மை மிகுந்த ஆசிரியர் இந்தப் பருவ நிலை சார்ந்த விஷயங்களுடன் பள்ளிக் குழந்தைகள் நேரடிஅனுபவம் பெற்றுப் புரிந்துகொள்ளும் வகையில் வகுப்புகளை முன்னெடுப்பார். பல்வேறு இயற்கை அழகு மிகுந்த இடங்களுக்கு இன்பச் சுற்றுலா, தோட்டப் பணிகள், வளர்ப்பு மிருகங்களின் அன்பான வளர்ப்பு, சுற்றுப்புறங்கள் தொடர்பான விரிவான ஆய்வுகள் என்பதாக அந்தக் கல்வியை நேரடி அனுபவமாக, பள்ளிக் குழந்தைகளுக்குக் கற்றுத் தருவார். குழந்தைகள் இப்படி ஆர்வத்துடன் கற்றுக்கொள்ளும் விஷயங்கள் சுற்றுப் புறச் சூழல் மீதான நல்ல புரிதல் மற்றும் கட்டுப்பாட்டை அவர்களுக்கு உருவாக்கித் தரவேண்டும். சமூக வாழ்க்கையைப் பள்ளிச் செயல்பாடுகளுடன் ஒருங்கிணைக்கவேண்டும் என்பது இந்த ஆய்வறிக்கையின் முக்கியமான அம்சம் அல்லவா.

கணிதக் கல்வியை எடுத்துக்கொண்டால், அதன் அடிப்படை விஷயங்கள் அனைத்தையும் பல்வேறு கைத்தொழில் செயல்பாடு களுடன் இணைத்துக் கற்றுத் தரவேண்டும். அதேபோல் சமூகவியல் பாடம், இயற்கை பாடம் ஆகியவற்றில் கற்றுக் கொண்டவற்றுடனும் ஒருங்கிணைத்துக் கற்றுத் தரவேண்டும். அடிப்படைத்தொழில் கல்வி, தோட்டக் கல்வி ஆகியவற்றில் வரும் கணக்கு சார்ந்த விஷயங்களை கணிதத்தின் அடிப்படை கூட்டல், கழித்தல், பெருக்கல், வகுத்தல் விஷயங்களுடன் இணைத்துக் கற்றுக் கொடுக்கவேண்டும். அதுவே கிராமம் அல்லது சிறு நகரம் அல்லது ஊரின் பொருளாதார சமூக அம்சங்கள் மீதான புரிதலையும் உருவாக்கித் தரும். செய்முறைப் பயிற்சி சார்ந்த களப்பணிக் கல்வி மற்றும் கிராமங்கள் தேச பொருளாதார

வளர்ச்சியில் ஆற்றும் பங்கு ஆகியவற்றையும் கற்றுக்கொள்ளும் போது கணிதப் பாடம் என்பது வெறுமனே கணித விதிகளைக் கற்றுக் கொள்வதோடு நில்லாமல் சமூகம் சார்ந்த புரிதலையும் அதிகரிக்க வழிவகுக்கும்.

ஒருங்கிணைந்த கல்வி தொடர்பாக உடற் பயிற்சிக் கல்விக்கு கூடுதல் முக்கியத்துவம் தர விரும்புகிறோம். உடற்பயிற்சிக் கல்வி தொடர்பான கோட்பாட்டு வகுப்புகள் சார்ந்து உடல் கூறியல், சுகாதாரம், சமச்சீர் உணவு தொடர்பான விஷயங்களைப் பொதுவான அறிவியல் பாடங்களின் மூலம் கற்றுக்கொண்டு விடலாம். உடற்பயிற்சிக் கல்வியின் செய்முறைப் பயிற்சி சார்ந்து கைத்தொழில் பயிற்சி, விளையாட்டுகள், தோட்டப் பணிகள், பிற வகை களப்பணிப் பயிற்சிகள் ஆகியவை குழந்தைகளின் உடல் வலிமை, ஆரோக்கியம் மேம்படும் வகையில் வடிவமைக்கப்பட வேண்டும்.

இந்தப் புதிய கல்வித் திட்டத்தில் நாங்கள் இசை வகுப்புகளுக்கான பாடத் திட்டத்தை வரையறுக்கவில்லை. ஏனென்றால் அனைத்து குழந்தைகளுக்கும் இசை தொடர்பான அறிவியல்பூர்வமான பயிற்சி தருவது சாத்தியமில்லை. எனவே வகுப்புகளில் இந்தியாவின் பாரம்பரிய இசை மரபுகளுடன் அடிப்படை பரிச்சயம் ஏற்படும் வகையில் வரையறுக்கப்பட்ட ஸ்வர, ராக, தாளங்களிலான கூட்டிசை, கூட்டுப் பாடல் கற்றுத் தரப்படலாம். இசைக்கான மனநிலை இயல்பிலேயே பெற்றிருக்காத, இசை கற்றுக்கொள்ள விரும்பாத மாணவர்களுக்கு இந்த வகுப்புகளில் இருந்து விலக்கு தந்துவிடலாம். இது கட்டாயப் பாடம் அல்ல.

ஏழு வயதிலிருந்து பதிநான்கு வயது வரையிலான குழந்தைகள் கற்றுக்கொள்ளத்தகுந்த பாடல்கள் கவனத்துடன் தேர்ந் தெடுக்கப்படவேண்டும். தேச பக்திப் பாடல்கள், நாட்டுப்புறப் பாடல்கள், பக்திப் பாடல்கள், விழாக்காலப் பாடல்கள் ஆகியவை கற்றுத்தரப்படவேண்டும். கூட்டாகப் பாட உகந்ததாக எளிய தாள கதியில் இவை அமைந்திருக்கவேண்டும். பள்ளியில் கற்றுக் கொள்ளும் தொழில் கல்வி, உடல் பயிற்சிக் கல்வி ஆகியவற்றுடன் தொடர்புடையவையாகவும் இருக்கவேண்டும். வெவ்வேறு மொழிகளில் என்னென்ன பாடல்கள் தேர்ந்தெடுகலாம் என்பது தொடர்பாக அவ்வப்போது அறிவுருத்தப்படும். ஆசிரியர்கள் அதில் இருந்து தமக்கு உகந்தவற்றைத் தேர்ந்தெடுத்துக் கற்றுத் தரலாம்.

ஒவ்வொரு வகைப் பாடம் சார்ந்தும் இதுபோல் பல உதாரணங்கள், வழிகாட்டுதல்கள் தந்துகொண்டேயிருக்கமுடியும். ஆனால், அப்படிச் செய்யவேண்டிய அவசியம் இல்லை. இந்த சில உதாரணங்களே போதும். அடிப்படையாக பாடத்திட்டம் எதையெல்லாம் உள்ளடக்கியிருக்கவேண்டும்; என்னவிதமாக கற்றுத்தரப்படவேண்டும் என்பது தொடர்பாக இங்கு கோடி காட்டியிருப்பதே போதுமானது. இந்தப் பாடத்திட்டத்தை இந்த ஆய்வறிக்கை முன்வைக்கும் உத்வேகம் மற்றும் லட்சிய உணர்வோடு கற்றுத்தரப்படும்போது அறிவார்ந்த, நடைமுறை ஞானம் மிகுந்த, கூட்டுறவு மனோபாவம் கொண்ட குடிமகன்கள் உருவாவார்கள் என்பதில் எந்த சந்தேகமும் இல்லை.

இந்தப் புதிய தொழில் வழிக் கல்வித்திட்டம் தொடர்பாக எங்களுக்கு அனுப்பப்பட்ட மற்றும் பத்திரிகைகளில் வெளியான விமர்சனங்கள், எதிர்ப்புகள் ஆகியவற்றை நாங்கள் மனப்பூர்வமாக வரவேற்கிறோம். ஆசிரியர்களும் பொது மக்களும் இந்தக் கல்வித் திட்டத்தைப் பொருட்படுத்தி சிந்தித்திருக்கிறார்கள் என்பதை அது எடுத்துக் காட்டுகிறது. அதேநேரம், பலர் முன்வைத்திருக்கும் விமர்சனங்கள் எல்லாம் இந்த திட்டத்தைச் சரியாகப் புரிந்துகொள்ளாமல் வைக்கப்பட்டிருக்கின்றன என்றும் கருதுகிறோம். எனவே மஹாத்மா ஜி, உங்கள் அனுமதியுடன், முக்கிய விமர்சனங்களுக்கான பதிலாக சில விளக்கங்களை முன்வைக்க விரும்புகிறோம்.

1. தொழில் கல்விக்கு வரையறுக்கப்பட்டிருக்கும் கால அளவைக் குறித்தே அதிக விமர்சனங்கள் வைக்கப் பட்டுள்ளன. இவ்வளவு அதிக நேரத்தை தொழில் கல்விக்கு ஒதுக்கினால் பொதுவான பாடங்களுக்குப் போதிய நேரம் கிடைக்காமல் போய்விடும் என்று விமர்சிக்கிறார்கள். செய்முறைக் கல்வி, பாடக் கல்வி என்று பிரித்துப் பார்ப்பதை நாங்கள் ஏற்கவில்லை. தொழில் வழிக்கல்விக்கு ஒதுக்கப் பட்டிருக்கும் நேரம் என்பது வெறுமனே அடிப்படைத் தொழிலில் தரவேண்டிய பயிற்சிக்கானது மட்டுமேயானது அல்ல. அந்த அடிப்படைத்தொழில் தொடர்பான கோட் பாடுகள், அது தொடர்பான ஓவியங்கள், அந்தத் தொழில் எதனால் செய்யப்படுகிறது, என்னென்ன கோட்பாட்டு அடிப்படையில் செய்யப்படுகிறது, என்னென்ன விளைவுகள் ஏற்படுகின்றன என்பது தொடர்பான விஞ்ஞானபூர்வ புரிதலையும் கற்றுத்தரவேண்டும். தொழில் கல்வியின் மிக

முக்கியமான அம்சமாக அதுவும் இருக்கும். தொழில் கல்விக்கான நேரத்தில் அதையும் கற்றுத் தரத்தான் போகிறார்கள். மூன்று அம்சங்களை ஒருங்கிணைத்துக் கற்றுத்தருதல் என்ற தலைப்பின் கீழ் இதைத் தெளிவாகவே குறிப்பிட்டிருக்கிறோம்.

மேலும் பல்வேறு கைத்தொழில்களை எந்திரகதியில் செய்யும் நபர்களை உருவாக்குவது இந்தத் தொழில் கல்வித்திட்டத்தின் நோக்கம் அல்ல; ஒவ்வொரு கைத்தொழிலிலும் உள்ளுறையாக இருக்கும் கல்வி/கற்றுக்கொடுத்தல் சார்ந்த அம்சங்களை முழுமையாகப் பயன்படுத்திக் கொள்ளவேண்டும் என்பதுதான் இலக்கு. எந்தவகைக் செயல்பாடுகளைத் தேர்ந்தெடுக்கிறோமோ அது இந்த இலக்கைப் பூர்த்தி செய்வதாக இருக்கவேண்டும். கைத் தொழிலைக் கற்றுக் கொள்வது அல்ல; பள்ளிக் கல்வியைக் கற்றுக் கொடுக்கும் வழிமுறையாகவும் கருவியாகவும் கைத்தொழிலைப் பயன்படுத்தவேண்டும் என்பதுதான் இலக்கு.

2. இந்தப் புதிய கல்வித் திட்டத்தில் உயர் கல்வி மற்றும் மேல் நிலைக் கல்வி பற்றி எந்தப் பரிந்துரையும் இல்லையே என்று சிலர் விமர்சித்திருக்கிறார்கள். அவர்கள் ஒரு முக்கியமான விஷயத்தை மறந்துவிட்டார்கள். இந்தப் புதிய கல்வித் திட்டமானது ஆரம்ப நிலைக் கல்வியின் ஏழு ஆண்டு களுக்கானது மட்டுமே. இந்தக் கல்வி, தேசம் முழுவதிலும் இருக்கும் குழந்தைகளுக்குக் கட்டாய அடிப்படைக் கல்வியாகக் கிடைத்தாகவேண்டும் என்ற இலக்குடன் தான் முன்வைக்கப்பட்டிருக்கிறது. இந்த அடிப்படைக் கல்வியில் தேர்ச்சி பெற்று வருபவர்களுக்கு உயர் கல்வி பாடத்திட்டம், வகுப்புகள் விரைவிலேயே வடிவமைத்துத் தரப்படும். அது தயாரானதும் அடிப்படைக் கல்வியுடன் ஒருங்கிணைத்ததாக கல்வியில் தொடர்ச்சி அறுபடாமல் இருக்கும் வகையில் செழுமைப்படுத்தித் தரப்படும்.

3. இந்தப் புதிய கல்வித் திட்டமானது ஏழு வயதான குழந்தை களிடமிருந்து ஆரம்பிக்கிறது. அது மிகவும் தாமதமானது என்று பலர் குறிப்பிட்டிருக்கிறார்கள். அந்த வயதுக்கு முந்தைய குழந்தைகளுக்கான மழலையர் கல்வி தொடர்பாக எங்கள் அறிக்கையில் தெளிவாகக் குறிப்பிட்டிருக்கிறோம். அரசின் உதவியுடனும் முடிந்த அளவுக்குத் தனியார் பங்களிப்புகளுடன் அப்படியான மழலையர் பள்ளிக் கல்வி ஆரம்பிக்கப்படவேண்டும் என்றும் குறிப்பிட்டிருக்கிறோம்.

இன்றைய நிதிநிலைமை மற்றும் நாட்டின் பிற விஷயங்களைப் பொறுத்தவரையில் அந்த மழலையர் கல்வியைக் கட்டாய அடிப்படைக் கல்வியாக முன்வைக்க நாங்கள் விரும்பியிருக்கவில்லை. 7-14 வயதான குழந்தை களை அடிப்படையாக வைத்து எங்கள் கல்வித் திட்டத்தை வடிவமைத்திருப்பதற்கான முக்கிய காரணம் என்னவென்றால் குழந்தைகள் கட்டாயம் 14 வயது வரை படித்தாகவேண்டும் என்று நாங்கள் தீர்மானித்திருக்கிறோம்.

அ) இந்த அடிப்படைக் கல்வித் திட்டத்தில் சமூக, குடிமையியல் சார்ந்த பயிற்சியையும் பரிச்சயத்தையும் தரவேண்டும் என்று தீர்மானித்திருக்கிறோம். ஏழு வயதுக்குக் கீழான குழந்தைகளுக்கு அது சாத்தியமில்லை.

ஆ) ஒரு நல்ல குடிமகனாக ஆக்கவேண்டும் என்ற இலக்கை வைத்திருக்கிறோம்.

இ) இந்தக் கல்வித் திட்டத்தில் பெறும் கல்வி முழுமை யானதாக இருக்கவேண்டும். அறிவின்மை என்ற நிலை இந்தக் கல்வியைப் பெறும் யாருக்கும் இருக்கக்கூடாது என்று தீர்மானித்திருக்கிறோம்.

ஈ) இந்தப் புதிய கல்வித் திட்டத்தில் ஒருவர் கற்றுக் கொள்ளும் தொழில் கல்வியை வைத்து அந்த மாணவர் அந்த கைவினைத்தொழிலையே செய்து தன் வாழ்வாதாரத்தைப் பூர்த்தி செய்யமுடியும். இளமைப்பருவமே ஒருவர் நிறைய விஷயங்களைக் கற்றுக் கொள்ள உகந்த பருவம் என்று உறுதியாக நம்புகிறோம். முடிந்தால் நல்லொழுக்கம், சமூக அக்கறை, குடிமைப் பண்பு மிகுந்த குடிமகனை உருவாக்க இந்த அடிப்படைக் கல்விக் கால அளவை 16 வயது வரை என்று நீட்டிக்கக்கூட விரும்புகிறோம்; ஆனால், ஏழு வயதுக்கு முன்பாக ஆரம்பிக்க விரும்பவில்லை.

4. எந்தவொரு விளையாட்டு அல்லது விளையாட்டுகளுக்கு இந்தப் புதிய கல்வித் திட்டத்தில் தனியான சிறப்பு கவனம் எதுவும் தந்திருக்கவில்லை. ஏனென்றால் அது ஒருவகையில் தன்னார்வத் திறமை சார்ந்த விஷயம். அதை அடிப்படைக் கல்வியின் அங்கமாக ஆக்கினால், அதன் இயல்பான தன்மை அடிபட்டுப் போய்விடும். எனினும் எங்கள் பாடத்திட்டத்தில் தனி நபர் விளையாட்டு, கூட்டு விளையாட்டு ஆகியவற்றுக்கு இடம் தந்திருக்கிறோம். அனைத்து பள்ளிகளில் வெவ்வேறு விளையாட்டுகளுக்கு ஊக்கம் தரவேண்டும் என்று பரிந்து

ரைத்திருக்கிறோம். பள்ளிகளில் உடற் பயிற்சி-விளையாட்டு வகுப்பு என்பது பாடங்களில் இருந்து தப்பிக்கும் வழியாக இருக்கக்கூடாது. விளையாட்டும் கூட்டுறவை வளர்க்கும் ஒரு பாடமாக இருக்கவேண்டும் என்றே பரிந்து ரைத்திருக்கிறோம்.

5. ஏற்கெனவே எங்கள் அறிக்கையில் தெளிவாகச் சொன்ன விஷயம் தான். இருந்தும் மீண்டும் இந்த விஷயத்தைத் தெளிவுபடுத்த விரும்புகிறோம். பள்ளிக் குழந்தைகள் கைத்தொழில் மூலம் உற்பத்தி செய்யும் பொருட்களின் மூலமான வருமானத்துக்கும் ஆசிரியர்களின் சம்பளத்துக்கும் இடையில் எந்தவொரு நேரடித் தொடர்பும் கிடையாது. இப்போது இருப்பது போலவே அரசுக் கருவூலத்திலிருந்து நேரடியாக ஆசிரியர்களுக்கு சம்பளம் தரப்படும். பள்ளியில் உற்பத்தி செய்யப்படும் பொருட்களை விற்பதால் கிடைக்கும் நிலையற்ற வருமானத்தைக் கொண்டு அல்லது அதன் அடிப்படையில் அல்ல. பள்ளிக்குக் கிடைக்கும் அத்தகைய வருமானம் அரசு கருவூலத்தில் சேர்க்கப்பட்டுவிடும். பள்ளியில் கைத்தொழில் மூலம் கிடைக்கும் வருமானத்தை வைத்தே ஆசிரியர்களின் சம்பளத்தை ஈடுகட்டிவிடமுடிய வேண்டும் (உடனடி இலக்கு அல்ல). பள்ளிக்குத் தேவையான பிற கருவிகள், கட்டுமானங்களுக்கு தனியார் மற்றும் அரசு உதவிகள் பெற்றுக் கொள்ளவேண்டும் என்றுதான் வார்தா கல்வி மாநாட்டில் மிகத் தெளிவாகவே தீர்மானம் வெளியிட்டிருக்கிறது.

6. பள்ளியில் உற்பத்தி செய்யப்படும் பொருட்களை விற்றுக் கொடுக்க ஒரு விற்பனை மையத்தை அமைப்பது தொடர்பாக நாங்கள் எதுவும் பரிந்துரைத்திருக்கவில்லை. ஏனென்றால், புதிய தொழில் வழிக் கல்வித் திட்டம் ஒன்றைத்தான் உருவாக்கியிருக்கிறோம். அதன் அரசியல் மற்றும் நிர்வாக நடைமுறைகள் பற்றி அதிகம் சொல்லவிரும்பவில்லை. மேலும் மஹாத்மாஜி நீங்கள், பள்ளிகளில் உற்பத்தி செய்யப்படும் பொருட்களை அரசாங்கமே நல்ல விலை கொடுத்து வாங்கிக் கொள்ளவேண்டும் என்று வார்தா மாநாட்டில் சொன்னதையும் எங்கள் அறிக்கையில் குறிப்பிட்டிருக்கிறோம்.

7. எங்கள் புதிய கைத்தொழில் கல்வித் திட்டமானது தொழில் மயமாக்கத்துக்கு எதிரானது; நாங்கள் சமூகத்தை நவீன காலத் தேவைகளுக்கு சிறிதும் உதவாதவகையில் பழங்காலத்துக்கு

இழுத்துச் செல்ல விரும்புகிறோம் என்று ஒரு குற்றச்சாட்டும் முன்வைக்கப்படுகிறது. கிராமப்புறப் பொருளாதாரம். தொழில்மயமாக்கம் ஆகிய இரண்டின் நன்மை தீமைகள் பற்றி எதுவும் இங்கு நாங்கள் பேசவிரும்பவில்லை. அடிப்படைக் கல்வித் திட்டத்தைப் பொறுத்தவரையில் பெருந் தொழில் மயமாக்கத்துக்கும் சிறு கைத்தொழில் கிராமப் பொருளாதாரத்துக்கும் எந்தவொரு தொடர்பும் இல்லை. நாங்கள் கைத்தொழில் மூலமான கல்வியைப் பரிந்துரைத்திருப்பதன் முக்கிய காரணம் என்னவென்றால் அது உளவியல் ரீதியாக மிகவும் வலுவான திறமையான கல்வி முறை என்பதால் மட்டுமே. கைக்கும் கண்ணுக்குமான ஒருங்கிணைக்கப்பட்ட பயிற்சி, செய்முறைப் பயிற்சி, கூர்ந்து கவனிக்கும் திறன், உடல் உழைப்பு இவையெல்லாம் தொழில்மயமாக்கலுக்கு பயன்படாது என்று எதனால் சொல்கிறார்கள் என்றே புரியவில்லை. அதிலும் இன்றைய கல்வி என்பது பெரிதும் புத்தகப் படிப்பையு கோட்பாடுகளையும் மட்டுமே சார்ந்ததாக இருக்கிறது. மனனம், தேர்வு, மதிப்பெண் மூலம் செயல் ஊக்கமற்ற தலைமுறையையே உருவாக்கிவருகிறது. நமது மாணவச் செல்வங்களின் அனைத்துவகையான செய்முறை மற்றும் தொழில் சார் திறமைகளை முன் அனுமானத்துடன் முடக்குவதாக இருக்கிறது. நாங்கள் முன்வைக்கும் புதிய கைத்தொழில் வழிக் கல்வி அதற்கு முற்றிலும் மாறானது.

இந்தப் புதிய தொழில் வழிக் கல்வித்திட்டத்துக்கு மிகப் பெரிய அளவிலான நிர்வாகப் பணிகள் தேவைப்படும். ஒவ்வொரு பிராந்தியத்திலும் இருக்கும் கல்வித் துறை, இந்தத் திட்டத்தை படிப்படியாக எப்படி அமல்படுத்துவது என்பது தொடர்பாக தாமே யோசித்து முடிவெடுத்துக்கொள்ளவேண்டும். இந்த மாபெரும் பொறுப்பை நாங்கள் எடுத்துக்கொள்ள விரும்பவில்லை. இருந்தும் சில ஆலோசனைகள் சொல்ல விரும்புகிறோம். நம் தேசத்தில் இந்தத் திட்டத்தை அறிமுகப்படுத்துவது தொடர்பான பல்வேறு வழிமுறைகளை வகுக்க இது உதவிகரமாக இருக்கும் என்று நம்புகிறோம்.

முதலாவதாக, உடனடியாகச் செய்யவேண்டியதாக நாங்கள் நினைக்கும் விஷயம், குறிப்பிட்ட கிராமப்பகுதிகளில் போதிய ஆசிரியர் பயிற்சி மையங்களை ஆரம்பிக்கவேண்டும். ஒவ்வொரு மொழிக்கும் குறைந்தது ஓரிரு மையங்கள் ஆரம்பிக்கப்பட வேண்டும். கைவினைத் தொழில் மற்றும் ஆக்கபூர்வமான

செயல்பாடுகள் மூலமாகக் கற்றுத்தருவது எப்படி என்பதையும் புதிய ஆரம்பப்பள்ளிகளில் எப்படிக் கற்றுத் தரவேண்டும் என்பதையும் ஆசிரியர்கள் இந்த மையங்களில் கற்றுக்கொள்ள வேண்டும்.

ஒரு பிராந்தியத்தில் எத்தனை ஆசிரியர்களுக்குப் பயிற்சி தரவேண்டும்? எத்தனை அடிப்படைப் பள்ளிகள் ஆரம்பிக்கப்பட வேண்டும் என்பதெல்லாம் அந்த பிராந்தியத்தின் பரப்பளவு, மக்கள் தொகையைப் பொறுத்து தீர்மானிக்கப்படவேண்டும். பெரிய பிராந்தியமாக உதாரணத்துக்கு ஒரு மாவட்ட அளவில் என்ன தேவை என்று தீர்மானிக்கவேண்டும். குறிப்பிட்ட மாவட்டத்தில் இருக்கும் எத்தனை பள்ளிகளில் இந்தப் புதிய தொழில்வழிக் கல்வித் திட்டத்தை அமல்படுத்துவது என்றும் எத்தனை புதிய பள்ளிகள் இதுபோல் ஆரம்பிக்கப்படவேண்டும்; எத்தனை ஆசிரியர்கள் தேவைப்படுவார்கள் என்பதையும் கல்வித்துறையானது ஆய்வு செய்து தீர்மானிக்கவேண்டும்.

ஏற்கெனவே இருக்கும் பயிற்சி மையங்கள் மற்றும் புதியதாகச் சில மையங்கள் திறந்து தேவையான ஆசிரியர்களுக்குப் பயிற்சி கொடுக்க உடனே ஆரம்பிக்கவேண்டும். ஒரு குறிப்பிட்ட பிராந்தியத்தில் இருக்கும் குழந்தைகள் அனைவருக்கும் தேவையான அளவு ஆரம்பப் பள்ளிகளை ஐந்து ஆண்டுகளுக்குள் ஆரம்பித்துவிடவேண்டும். அதற்குள், ஒரு பிராந்தியத்தில் இருக்கும் பயிற்சி மையங்கள் அனைத்தையும் இந்தப் புதிய தொழில் வழிக் கல்விக்கான பயிற்சி மையங்களாக மாற்றிவிட வேண்டும். அப்போதுதான், புதிய ஆரம்பப் பள்ளிகளை ஆரம்பித்தல் மற்றும் ஏற்கெனவே இருப்பவற்றை மாற்றுதல் ஆகிய பணிகளை, பயிற்சி பெற்ற ஆசிரியர்கள் கிடைக்கும் வேகத்துக்கு ஏற்ப வேகமாகச் செய்துமுடிக்கமுடியும்.

முதல் சில ஆண்டுகளுக்கு ஒரு வருடப் பயிற்சி மையங்களும் மூன்று வருடப் பயிற்சி மையங்களும் ஆரம்பிக்கவேண்டும். ஏற்கெனவே ஆசிரியராக இருப்பவர்களில் விசேஷமாகத் தேர்தெடுக்கப்பட்டவர்களுக்கு ஒரு வருடப் பயிற்சி கொடுத்தாலே போதுமானதாக இருக்கும். அப்போதுதான் அவர்கள் ஒரு வருடம் கழித்துப் புதிய பள்ளிகளில் உடனே தமது புதிய தொழில் வழிக் கல்வியை ஆரம்பிக்க உதவியாக இருக்கும். இவற்றோடு கூடவே, மூன்று ஆண்டுப் பயிற்சி மையங்களையும் ஆரம்பித்து இன்னொரு குழு ஆசிரியர்களுக்கு அந்தப் பயிற்சியைத் தந்துவரவேண்டும்.

இப்போது ஆசிரியர்களாக இருப்பவர்களில் ஒரு ஆண்டு பயிற்சிக்குப் போகமுடியாமல் இருப்பவர்களுக்கு விசேஷமான புத்தாக்கப் பயிற்சி வழங்கி புதிய தொழில்வழிக் கல்வியின் கொள்கைகள், வழிமுறைகளைப் புரிந்துகொள்ளவைக்க வேண்டும். கல்வித் துறையில் இருக்கும் ஆசிரியர்கள் அனைவரும் அடுத்த ஐந்து ஆண்டுகளுக்குள் இந்தப் பயிற்சியைப் பெற்றுவிட திட்டம் வகுத்து நடைமுறைப்படுத்தவேண்டும்.

இந்த ஆசிரியர் பயிற்சி மையங்களை கிராமப்புறங்களில் அமைப்பது மிகவும் அவசியம். அவர்கள் பின்னாளில் ஆசிரியராக இருக்கப் போகிற அந்த கிராமப்புறங்கள் தொடர்பான பரிச்சயமும் அனுபவமும் அவர்களுக்கு அப்போதுதான் எளிதில் கிடைக்கும். நகரப்புறங்களில் அவர்கள் அந்தப் பயிற்சியைப் பெற்றால் கிராமப்புறத்துடனான தொடர்பு கிடைக்காமலும் அங்கு பின்னர் பணிபுரியத்தேவையான மனநிலை, குணங்கள் கிடைக்காமலும் போய்விடும்.

முதல் குழு ஆசிரியர்கள் பயிற்சி பெற்று முடித்ததும் தேர்ந்தெடுக்கப்படும் பகுதியில் முடிந்த அளவுக்கு, புதிய கைத்தொழில் வழிக் கல்விக்கான பள்ளிகளை ஆரம்பிக்க வேண்டும். அந்தப் பிராந்தியத்தில் இருக்கும் பள்ளிகள் எல்லாமே இந்தப் புதிய கல்விக்கு மாறியிருக்கவேண்டும். ஒரே பிராந்தியத்தில் பழையவகை பள்ளிகளும் புதிய கைத் தொழில் வழிக் கல்விப் பள்ளிகளும் இருப்பது நல்லதல்ல. ஏற்கெனவே சில பள்ளிகள் இருக்கும் இடங்களையும் எங்கெல்லாம் பள்ளிகள் மிகவும் அவசியமோ அவற்றையும் தேர்ந்தெடுப்பது நல்லது.

இரண்டாவதாக, இப்படி ஆரம்பிக்கப்படும் பயிற்சி மையங்கள் சார்பில் ஒரு முன் மாதிரிப் பள்ளியை எங்கள் அறிக்கையில் வரையறுத்திருக்கும் பாடத்திட்டங்கள், வழிமுறைகள் ஆகியவற்றின் அடிப்படையில் நடத்த ஆரம்பிக்கவேண்டும். ஆசிரியர் பயிற்சி மையங்களைப் போலவே இந்த முன் மாதிரி பள்ளியிலும் இந்தப் புதிய கல்வித் திட்டத்தைப் படிப்படியாக அமல்படுத்தும் திறமையும் நிபுணத்துவமும் மிகுந்த ஆசிரியர் களைப் போதிய அளவுக்கு நியமித்துவிடவேண்டும். இந்தப் பள்ளிகள் இந்தப் பகுதியில் பின்னர் ஆரம்பிக்கப்படவிருக்கும் பள்ளிகளுக்கு வழிகாட்டியாக இருந்து உத்வேகமாகமூட்ட வேண்டும்.

ஒவ்வொரு பிராந்தியமும் தமது கல்வித்தேவைகள் என்ன என்பது தொடர்பான ஆய்வு செய்து தேவையான செயல் திட்டம் ஒன்றை

வகுத்துக் கொள்ளவேண்டும். எத்தனை மாணவர்களுக்குக் கல்வி தரவேண்டும்? அதற்கு எத்தனை பள்ளிகள், எத்தனை ஆசிரியர்கள் தேவை? எத்தனை ஆசிரியர் பயிற்சி மையங்கள் தேவை? ஒவ்வொரு ஆண்டும் எத்தனை ஆசிரியர்கள் பயிற்சி பெற்று முடிக்கவேண்டும் என்பதையெல்லாம் தீர்மானிக்க உதவும் வகையில் இந்த ஆய்வுகளை மேற்கொள்ளவேண்டும்.

நிர்வாகக் கோணத்தில், இந்த புதிய கல்வித் திட்டத்தை அமல்படுத்த ஒரு நேரச் செலவாக எவ்வளவு தொகை தேவைப்படும்? அவ்வப்போது ஏற்படும் தேவைகளுக்கு என்ன செலவாகும்? பள்ளிகளில் இருந்து உற்பத்தி செய்யப்படவிருக்கும் பொருட்களை விற்று வருவாய் ஈட்டுவது எப்படி? இவை குறித்தெல்லாம் தீர்மானம் எடுக்க உதவும் வகையில் இந்த ஆய்வுகள் மேற்கொள்ளப்படவேண்டும். இவையெல்லாம் முக்கியமான, நடைமுறை சார்ந்து உடனே தீர்வு காணவேண்டிய மிகப் பெரிய பிரச்னைகள். இவற்றின் பிரமாண்டத்தைப் பார்த்து தீர்வுகள் சாத்தியமே இல்லை என்று பயந்து ஒதுங்கிவிடக்கூடாது.

இந்தப் புதிய கல்வித்திட்டத்துக்கு நிறைய பணம் தேவைப்படும் என்பது எங்களுக்கு நன்கு தெரியும். ஆனால் 20-25 வருடங்களுக்குள் அனைத்து குழந்தைகளுக்கும் கட்டாய, இலவசக்கல்வி கிடைத்தாகவேண்டும் என்று ஒவ்வொரு பிராந்திய அரசாங்கமும் முடிவு செய்து களம் இறங்கியாகவேண்டும். இதற்கென 20 ஆண்டுத் திட்டம் போல் ஒன்றை உருவாக்கிக் கொள்ளவேண்டும். அனைவருக்கும் அடிப்படைக் கல்வியைக் கொடுத்து கல்லாமையை இல்லாமல் ஆக்கவேண்டும். இந்தத் திட்டத்துடன் கூடவே நாட்டில் முதியோர் கல்வியையும் பல்வேறு தனியார் அமைப்புகளின் உதவியுடன் முன்னெடுக்கவேண்டும். பள்ளி, கல்லூரி மாணவர்களை வைத்து அவற்றை நடத்தலாம். 100 சதவிகித கல்வியறிவு என்ற இலக்கை மிக விரைவிலேயே நம் தேசம் எட்டியாகவேண்டும்.

தேசிய கல்வித்திட்டத்தை நடைமுறைப்படுத்துவதில் பிராந்திய அரசுகள் எல்லாம் எங்கள் ஆய்வறிக்கையின் படி அமையவிருக்கும் அனைத்து இந்தியக் கல்வி மையத்தின் சேவைகளை முழுமையாகப் பயன்படுத்திகொள்ளவேண்டும். ஆசிரியர்களுக்குத் தேவைப்படும் பாடத்திட்டங்களை உருவாக்குதல் மற்றும் புதிய பள்ளிக்குத் தேவையான புத்தகங்களைத் தயாரித்தல் ஆகியவற்றில் இந்த தலைமை மையம் உதவிகள் செய்யும். அந்த அமைப்பிடம் கொண்டு செல்லப்படும் கல்வி தொடர்பான பிரச்னைகளுக்கு

ஆலோசனைகள் வழங்கும். கல்வி தொடர்பான தரவுகள் பெறுவதற்கான மைய அமைப்பாகவும் செயல்படும். இந்த அமைப்பு தன் கடமைகளைச் செவ்வனே நிறைவேற்றத் தேவைப்படும் உதவிகள் மற்றும் வசதி வாய்ப்புகளை பிராந்திய அரசு செய்து தரவேண்டும்.

நம் தேசத்தில் ஏராளமான அதிகாரபூர்வமற்ற நிறுவனங்கள், அமைப்புகள் இருக்கின்றன. தேசிய கல்வி அமைப்புகள், அனைத்திந்திய நெசவாளர்கள் மற்றும் கிராமத்தொழில் அமைப்புகள் போன்ற பல அமைப்புகள் இருக்கின்றன. அவை இந்தப் புதிய கல்வித் திட்டத்தை நல்ல முறையில் நடைமுறைப்படுத்தப் பெரிதும் உதவிகரமாக இருக்கும். இந்த அமைப்புகளும் கல்வித் துறையும் கை கோர்த்தபடி கூட்டுறவுடன் பணிபுரிய வேண்டும் என்று நாங்கள் விரும்புகிறோம்.

தேசியக் கல்வி தொடர்பாக இந்தத் திட்டம் மூலம் உருவாக்கும் உத்வேகத்தினால் பல தன்னார்வ அமைப்புகள், பணியாளர்கள் எல்லாம் ஆசிரியர் பயிற்சி மையங்கள் அமைக்கவும் ஆரம்பப் பள்ளிகள் தொடங்கவும் முன்வருவார்கள் என்று எதிர்பார்க்கிறோம். பிராந்திய அரசுகள் அப்படியான தன்னார்வ அமைப்புகளுக்கு ஆலோசனையும் நிதி உதவியும் தந்து உற்சாகப்படுத்தவேண்டும்.

எங்களுக்கு ஆலோசனைகளையும் விமர்சனங்களையும் அனுப்பிய நண்பர்கள் அனைவருக்கும் எங்கள் நன்றிகள். பல்வேறு பாடப் பிரிவுகள் தொடர்பான பாடத்திட்டங்களை வரையறுத்துத் தந்திருகிறார்கள். அடிப்படைக் கல்விக்கான பாடத்திட்டத்தை உருவாக்கும்போது அவற்றை நாங்கள் நிச்சயம் பயன்படுத்திக் கொள்வோம். சில கல்வி நிறுவனங்கள், தனி நபர்கள் வார்தா கல்வி மாநாட்டில் முன்வைக்கப்பட்ட பரிந்துரைகளின் அடிப்படையில் ஏற்கெனவே பள்ளிகளை நடத்திவருவதாகவும் செய்திகள் அனுப்பியிருக்கிறார்கள். அது குறித்து எங்கள் மகிழ்ச்சியைத் தெரிவித்துக் கொள்கிறாம்.

கீழ்க்காணும் நபர்களுக்கு விசேஷ நன்றியைத் தெரிவித்துக் கொள்ளவிரும்புகிறோம். அவர்கள் தயாரித்துத் தந்திருக்கும் பல்வேறு பாடத் திட்டங்கள் மிகவும் பயனுள்ளதாக இருந்தன.

திரு. டி.ஆர்.மஹாரிகர், விவசாயத்துறை துணை இயக்குநர், மத்திய பிராவின்ஸ்

திரு எஸ்.ஆர்.பிசே, ஹக்கிம்ஜி உயர் நிலைப் பள்ளி போர்டி,

விவசாயத்துக்கான பாடத்திட்டம்

திரு லக்ஷ்மீஷ்வர் சின்ஹா, விஷ்வ பாரதி (ஸ்ரீ நிகேதன்) பலகை, தச்சுவேலை, உலோக வேலை ஆகியவற்றுக்கான பாடத்திட்டம்,

திரு ராமநாராயணன் மிஷ்ரா, எடிட்டர், போகுல் (அலஹாபாத்), புவியியல் பாடத்திட்டம்

திரு தாஜ்மஹல் ஹுசேன் (அலிகர், பயிற்சிக் கல்லூரி) கணிதப் பாடத்திட்டம், அலிகரில் கடைசியாக நடந்த கூட்டத்தில் மிகுந்த உதவிகரமாகச் செயல்பட்டார்.

திரு டபிள்யு.ஹெச்.சித்திக், திரு பி.ஹெச்.ஸூப்ரி (அலிகர், பயிற்சிப் பள்ளி) பொது அறிவியல் தொடர்பான பாடத்திட்டம்.

திரு அப்துல் கஃபார் திரு ஹெச்.ரஹ்மான் (அலிகர், பயிற்சிப் பள்ளி) சமூகவியல் பாடத்திட்டம்.

திரு நந்த லால் போஸ் (விசார் பாரதி, சாந்தி நிகேதன்) ஓவியப் பாடத்திட்டம்.

வார்தா, நவ பரத் வித்யாலயாவின் மிஸ் கே.எம்.ஹெய்லிமன் மற்றும் ஜாமியா மிலியா இஸ்லாமியாவின் மிஸ் கெர்டா ஃபிலிப்ஸ்போர்ன் இருவருக்கும் இந்த செயற்குழுவின் தட்டச்சுப் பணிகளைச் செய்து கொடுத்தமைக்கு நன்றிகள்.

மஹாத்மாஜி, இந்தப் பாடத்திட்டங்களை உங்கள் பார்வைக்கு சமர்ப்பிக்கிறோம். இந்திய தேசத்தின் மேதமைக்கும் தேவைகளுக்கும் பொருந்தும்படியான அடிப்படைக் கல்வித் திட்டத்துக்கான அஸ்திவாரமாக இந்தப் பாடத்திட்டம் அமையும் என்று நம்புகிறோம். இதற்கான உங்கள் சம்மதம் கிடைக்கும் என்றும் நம்புகிறோம்.

கையொப்பம்

....

விரிவான பாடத்திட்டம்

கல்விக்கான அடிப்படைத் தொழிலாக விவசாயம்

இந்த பாடத்திட்டத்தில் இரண்டு முக்கியமான வகைகள் இருக்கின்றன. முதலாவதாக ஒன்றாம் வகுப்பில் இருந்து ஐந்தாம் வகுப்புவரையான பாடத்திட்டம். இந்த வகுப்புகளுக்கு, தொழில் வழிக் கல்விக்கான அடிப்படையாக விவசாயம் இருக்காது. அதேநேரம் இந்தக் காலகட்டத்து மாணவர்களுக்கு பயிர் வளர்ப்பு, மண் மேலாண்மை ஆகியவை பற்றிய அடிப்படைக் கோட்பாடுகள் கற்றுத்தரப்படும். இவை பொது அறிவியல் பாடத்தின் அங்கமாக அமையும். மாணவர்கள் சுமார் ஒரு ஏக்கர் பரப்பளவில் காய், கனிகள், தோட்டப் பயிர்கள் ஆகியவற்றை வளர்ப்பார்கள்.

இரண்டாவதாக, ஆறு, ஏழாம் வகுப்புகளுக்கு தொழில் வழிக் கல்வியின் அடிப்படைத் தொழிலாக விவசாயத்தை எடுத்துக் கொள்ளலாம். ஒவ்வொரு ஆண்டுக்கான கோட்பாடு மற்றும் செய்முறைப் பயிற்சி வகுப்புகள் அனைத்தும் ஒன்றைப் படிக்கும் போது இன்னொன்று எளிதில் விளக்க முடியும்படியாகவும் புரிந்துகொள்ளும்படியாகவும் ஒருங்கிணைக்கப்பட்டிருக்கின்றன.

முதல் வகுப்பு

குறிப்பு : இந்த வகுப்பில் சேரும் குழந்தைகளின் வயது ஏழாக இருக்கும். சிறியதொரு நிலத்தில் பரீட்சார்த்தமான முறையில் சிறிய அளவில் தோட்ட வேலைகள் செய்துபார்ப்பார்கள். சின்ன நீர்க்கலங்கள், சின்ன மண் கொத்தி ஆகியவற்றைப் பயன்படுத்துவார்கள். முதல் ஆறு மாதங்களுக்கு அனைத்தையும் கண்ணால் பார்த்துக் கற்றுக் கொண்டால் போதும். கைகளால் எதையும் செய்யவேண்டாம். கீழே விவரிக்கப்பட்டிருக்கும் செய்முறைப் பயிற்சிகளை ஆறு மாதங்களுக்குப் பின் செய்ய ஆரம்பித்தால் போதும். கோட்பாட்டு வகுப்புகள் எல்லாம் மிகவும் ஆர்வத்தைத்தூண்டும்வகையில் கற்றுத்தரப்படவேண்டும். முதலில் அனைத்தையும் மேலோட்டமாகச் சொல்லிக்

கொடுத்தால் போதும். நுட்பமான, ஆழமான விஷயங்களைப் பின்னர் சொல்லிக் கொடுக்கலாம்.

செய்முறைப் பயிற்சி வகுப்புகள்

1. பாத்திகளில் விதை நடுதல்
2. பாத்திகளுக்கு நீர் பாய்ச்சுதல்
3. தோட்டச் செடிகள், விதைகளை அக்கறையுடன் பராமரித்தல்

   (அ) நீர் ஊற்றுதல்

   (ஆ) களை எடுத்தல்

   (இ) களைகளைக் கட்டுப்படுத்தவும் ஈரப்பதத்தைத் தக்கவைக்கவும் நிலத்தில் சருகுகளைப் பரப்பிவைத்தல். மூடாக்கு போடுதல்.

   (ஈ) பூச்சிகளை அகற்றுதல்

   (உ) உரமிடுதல், உரம் தயாரித்தல்
4. பூத்தாவரங்களில் இருந்து விதைகள் சேகரித்தல், காய்கள் பறித்தல்.
5. விலங்குப் பண்ணை. வளர்ப்பு பறவைகள், விலங்குகளுக்கு உணவு தருதல். குட்டி விலங்குகளை அன்பாகப் பராமரித்தல்.

கோட்பாடு வகுப்புகள்

1. பயிர்கள்/தாவரங்களை அடையாளம் காணக் கற்றுக் கொள்ளுதல், வேர்கள், தண்டுகள், இலைகள், பூக்கள், கனிகள் என அவற்றின் உறுப்புகளைக் கற்றுக் கொள்ளுதல்.
2. விதையில் இருந்து வேர், தண்டு, இலைகள், பூக்கள், கனிகள் என ஒரு பயிர் எப்படி முளைகிறது.
3. ஒரு பயிர் வளர என்னென்ன தேவை? மண், நீர், பச்சயம், சூரிய ஒளி, காற்று.
4. பறவைகள், விலங்குகளின் பயன்கள், பண்புகள்

   குறிப்பு: மேலே கூறப்பட்டிருப்பவற்றோடு நிறுத்தாமல் குழந்தைகளை கிராமப்புற வயல்வெளிகள், தோப்புகளுக்கு அழைத்துச் சென்று அங்கிருக்கும் உயிர் வாழ்க்கை அனைத்தையும் நன்கு கவனிக்கக் கற்றுத்தரவேண்டும்.

இரண்டாம் வகுப்பு

செய்முறைப் பயிற்சி வகுப்பு

1. விதைகள் நடுதல்
2. சிறு அட்டை/மரப் பெட்டிகளில் பாத்திகள் அமைத்தல்
3. சின்னஞ்சிறு பாத்திகளில் நடுவதற்கான இடங்களைத் தயார்படுத்துதல்

   (அ) தோண்டுதல்

   (ஆ) உரமிடுதல்

   (இ) மண், களைக் கொத்தி பயன்படுத்துதல்
4. காய் மற்றும் பூச் செடிகளின் நாற்றுகளைப் பறித்து வேறு இடத்தில் நடுதல்

   (அ) போதிய இடைவெளி விடுதல்

   (ஆ) நடுதல்

   (இ) நீர் ஊற்றுதல்

   (ஈ) பராமரித்துப் பாதுகாத்தல்
5. மூடாக்கு போடுதல் சிறிய களைக் கொத்தியால் களை எடுத்தல்
6. உரமிடுதல்

   (அ) மண்ணைக் கிளறுதல் மற்றும் உரம்கலந்து பரப்புதல்

   (ஆ) உரங்களைத் தயாரித்தல்
7. பூச்சிகளை அகற்றுதல், பூச்சி கொல்லி தெளித்தல்
8. விதை சாரா பயிர் நடுதல். பதியனிடுதல். விளைவுகளை குறித்துக் கொள்ளுதல்.
9. விலங்கு வளர்ப்பு. வளர்ப்பு மிருகங்களைப் பராமரித்து அவற்றின் குணங்களை ஆராய்தல்
10. கலையும் கைத்தொழிலும்: சில அடிப்படை வடிவங்களில் தோட்டங்களில் உருவங்கள் தயாரித்தல். மலர் மாலைகள், மலர் கொத்துகள் தயாரித்தல். பூச்செடிகளுக்கான தொங்கும் மண் கலயங்கள், மூங்கில் கீற்றுகள் கொண்டு கொடிகள் படர வழி செய்தல்.

கோட்பாடு வகுப்புகள்

1. பாத்திகளுக்கான நிலம் எப்படித் தேர்ந்தெடுக்கவேண்டும், பாத்திகளை எப்படி உருவாக்குவது?
2. என்னவகையான மண், என்ன வகையான உரம் தேவை?
3. நல்ல விதை, மோசமான விதையை அடையாளம் காணுதல்
4. பயிர் முளைக்க நல்ல விதை எந்த அளவுக்குத் தேவை?
5. பயிரின் பல்வேறு அங்கங்களின் செயல்பாடுகள்

   (அ) வேர் – மண்ணில் ஊன்றுதல் – உணவை உறிஞ்சுதல்

   (ஆ) தண்டு – உணவைப் பயிர் முழுவதும் கொண்டு சென்று பயிரை வளர வைத்தல்

   குறிப்பு : உறிஞ்சப்படும் திரவம் எப்படி தண்டில் பயணம் செய்கிறது என்பதை சிவப்பு மை பரிசோதனை மூலம் வகுப்பில் செய்து பார்க்கலாம்.
6. விதைகளை நடுவதற்கு மாலை நேரம் நல்லது. நீர் ஊற்ற அதிகாலையும் பின் மதியமும் நல்லது.
7. விதைகள் சேகரிப்பு. எப்படி, எங்கே இருந்து சேகரிக்க வேண்டும்?

குறிப்பு : முக்கியமான விஷயங்கள் நடக்கும்போது பண்ணையைச் சுற்றி மாணவர்களை அழைத்துச் சென்று அனைத்தையும் கூர்ந்து கவனிக்கக் கற்றுத் தரவேண்டும்.

மூன்றாம் வகுப்பு

செய்முறைப் பயிற்சி வகுப்பு

இந்த வகுப்பில் பூந் தோட்டம், காய்கறித்தோட்டம் ஆகியவற்றின் பணிகள் அனைத்தையும் மாணவர்களே செய்யவேண்டும். சிறிய மண்வெட்டிகள், முள் கரண்டிகள், களைக் கொத்திகள் மற்றும் பல கருவிகளைக் கொண்டு கைகளால் அனைத்தையும் செய்ய வேண்டும்.

1. முந்தைய வகுப்புகளில் செய்த அனைத்தையும் மீண்டும் செய்து பார்க்கவேண்டும்.
2. தாவரங்களை மண் சட்டிகளில் வளர்க்கவேண்டும்.

3. மண் சட்டிகளுக்கான இலைக் குவியல் உரம் மற்றும் பிற இயற்கை உரங்கள் தயாரிக்கவேண்டும்.

4. பதி வைத்தல். நடப்பவற்றைக் குறித்துக் கொள்ளுதல்

5. வண்ணத்துப் பூச்சி வளர்த்தல், அதன் நான்கு நிலைகளைத் தெரிந்துகொள்ளுதல்

6. பூ மற்றும் காய்கறித் தோட்டத்தை இலை தழைகளால் மூடுதல் (வகுப்பு இடைவேளைகளின் போது)

7. சில மண் சட்டிகளில் உரம் இட்டும் சிலவற்றில் உரமின்றியும் பயிர் வளர்த்து வித்தியாசத்தைப் புரிந்துகொள்ளுதல்.

8. விலங்கு வளர்ப்பு. வளர்ப்பு மிருகங்கள் பராமரிப்பு.

கோட்பாடு வகுப்பு

1. முளைவிட்ட விதைகளை ஆராய்தல்

   (அ) விதைக் கரு

   (ஆ) முளை விதை, இலை

   விதைக்கருவானது முளையாகவும் தளிராகவும், முதல்நிலை வேராகவும் வளர்தல். முளையின் பாகங்கள் முளை இலை மேல் நோக்கியும் முதல் நிலை வேர் கீழ் நோக்கியும் வளரும் விதம். முளை விதையானது பயிர் வளர்ந்ததும் என்ன ஆகிறது.

2. வேர் ஆராய்ச்சி

   (அ) ஆணி வேர்

   (ஆ) சல்லி வேர்

3. தண்டுகள் மரப்பட்டை, மரக்கணுக்கள், இடைக் கணுக்கள், மொட்டுகள், கிளைகள் இலைகள் பற்றித் தெரிந்து கொள்ளுதல். வேருக்கும் தண்டுக்கும் இடையிலான வித்தியாசம்

4. வண்ணத்துப் பூச்சி, வெட்டுக் கிளியின் வாழ்க்கை

5. பூச்சிகள். கட்டுப்படுத்தும் வழிகள்

6. மண் சட்டி நிரப்புதல்

   (அ) மண் சட்டிகளை நிரப்பத் தேவையான பொருட்கள்

   (ஆ) நல்ல இலை/சருகு உரம், இயற்கை உரத் தயாரிப்பு

7. உரங்களின் தேவை மற்றும் செயல்பாடுகள். செயற்கை

உரங்களின் பயன்பாடு.

8. விலங்கு மற்றும் மனிதக் கழிவுப் பொருட்கள் மேலாண்மை. அவற்றை உரமாகப் பயன்படுத்துதல்.

9. பல்வேறு பால் பொருட்கள்பற்றித் தெரிந்துகொள்ளுதல்.

நான்காம் வகுப்பு

செய்முறைப் பயிற்சி வகுப்பு

1. தோட்டப் பாத்திகளில் மழைக்கால காய்கறிகளை வளர்த்தல். இடத்துக்கு ஏற்றாற் போல் பீன்ஸ், கத்திரி, பூசணி வகைகள்.

2. பாத்தியில் நட்ட நாற்றுகளைப் பறித்து எடுத்து வேறு இடங்களில் இடம் விட்டு நடுவதற்குத் தோதாக நிலத்தைத் தயார்ப்படுத்துதல்.

3. நிலத்துக்கு உரமிடுதல்.

4. நீர்ப்பாசன ஏற்பாடுகளைச் செய்தல். நாற்றுகளைப் பறித்து நட்டபின் நீர்பாய்ச்சுதல்.

5. மண்ணின் மேலடுக்கைக் கிளறி, பல்வேறு வகையான உரங்களைச் சேர்த்தல். அமோனியம் சல்பேட், நைட்ரேட் முதலான உரங்கள்.

6. மண், உரங்கள், சுண்ணாம்பு, சாம்பல் சேர்த்து அல்லது சேர்க்காமல் நீர் நிலத்தில் ஊடுருவி வடிகட்டப்படும் விதம், நுண் புழை ஏற்றம் போன்ற பரிசோதனைகளைச் செய்து பார்த்தல்.

7. பல்வேறு ஏர் கலப்பைகள் பற்றிப் படித்தல்.

   (அ) மரக்கலப்பை

   (ஆ) இரும்பு கலப்பைகள். இவை நிலத்தில் பயன்படுத்தப் படுவதைத் தள்ளி நின்று கூர்ந்து கவனித்தல்.

8. அருகில் இருக்கும் மலைகளுக்குச் சென்று மண், பாறைகள், மணல் துகள்கள் உருவாவதை விளக்குதல்.

9. கோழிப் பண்ணை. கோழிகளுக்கு உணவு தருதல், பண்ணையைச் சுத்தம் செய்தல், முட்டைகள் சேகரித்தல், குஞ்சுகளை அக்கறையுடன் பராமரித்தல்.

கோட்பாட்டு வகுப்புகள்

1. பயிர் வகைகளை அடையாளம் காணுதல். ரபி, கரிஃப் என விதைநடும் காலத்தின் அடிப்படையில் வகைப்படுத்துதல். நன் செய், புன் செய் பயிர்கள் போன்ற வகைப்பாடு.

2. மண்ணியல்

   அ) மண் உருவாகும் விதம் : பாறைகளை காலப்போக்கில் உடைத்து நொறுக்கும் இயற்கை சக்திகள். காற்று, மழை, வெய்யில்

3. சுற்றுப்புறத்தில் இருக்கும் மண்ணின் தன்மை

4. மணல் பாங்கான நிலம், களி மண் நிலம், கரிசல் மண், வண்டல் மண்

5. அடையாளப்படுத்துதல்

   (அ) ஸ்பரிசம், நிறம், எடை, துகள்

   (ஆ) ஒவ்வொன்றையும் ஆராய்ந்து பார்த்தல்

   (இ) ஒவ்வொன்றின் பௌதிக இயல்புகள்

   (ஈ) மண்ணின் தன்மைகள், கட்டமைப்புகளுக்கிடையிலான ஒப்பீட்டு ஆய்வு. நீர் ஊடாடும் தன்மை, நிலத்தடி நீர் மட்ட உயர்வுக்கு உதவும் குணம், நீர் உறிஞ்சும் தன்மை, நுண் புழை ஏற்றம்

6. நில ஈரப்பதத்தின் வகைகள்

7. நில ஈரப்பதத்தை தக்கவைக்கும் வழிகள்

8. உரங்களின் அவசியம் மற்றும் அவை செயல்படும் விதங்கள். எப்போது, எப்படி, எந்த அளவுக்கு செயற்கை உரங்கள் இடவேண்டும் என்ற படிப்பு.

ஐந்தாம் வகுப்பு

செய்முறைப் பயிற்சி வகுப்புகள்

1. களை பறித்தல்

2. மரக் கலப்பை, இரும்புக் கலப்பை. அவற்றின் பயன்பாட்டை வயலில் உழும்போது அருகில் இருந்து கவனித்தல்.

3. அறுவடை முடிந்த பயிர்களின் வேர் முடிச்சுகளை அகற்றுதல்,

உழவு, களை நீக்கம் ஆகியவற்றுக்கு கருவிகளைப் பயன்படுத்துதல்

இவற்றுக்கு பல்வேறு வழிகள், கருவிகள் பயன்படுத்தப்படும். ஒவ்வொன்றுக்கும் இடையிலான வேறுபாட்டைக் கூர்ந்து கவனித்துப் புரிந்துகொள்ளுதல்.

4. காய்கறிகள் பயிரிடுதல். குளிர்கால காய்கள் நீங்கலாக காலிஃப்ளவர், முட்டைகோஸ், நூக்கல், பச்சடி கீரை, ஃப்ரெஞ்ச் பீன்ஸ், தக்காளி, பட்டாணி போன்ற குளிர் கால காய்களைப் பாத்திகளில் வளர்த்தல்

5. பருத்தி, சணல், உளுந்து போன்ற பயிர்களின் வேர்களை ஆராய்ந்து தெரிந்துகொள்ளுதல்.

6. முள்ளங்கி, கேரட் ஆகியவற்றின் வேர் பாகங்களை நடுதல், இஞ்சி, உருளைக் கிழங்கின் தண்டுகளை நடுதல்.

7. பல்வேறு விதமான இலைகளைச் சேகரித்து அவற்றின் வடிவமைப்பு, நரம்பு அமைப்பு ஆகியவற்றை ஆராய்தல்.

8. தோட்டங்களில் பூக்கள் மலர்வதைப் பார்த்தல், மலரும் நேரத்தைக் குறித்துக்கொள்ளுதல்

9. தோட்டத்தில் இருந்து கிடைக்கும் காய்கறிக் கழிவுகள், களைகள் ஆகியவற்றைக் கொண்டு உரம் தயாரித்தல்

10. தோட்டப் பணிகளுக்காக வடிவமைக்கப்பட்ட சிறிய மண் சட்டிகளில் உரமிடுதல், களையெடுத்தல், மூடாக்கு போடுதல் ஆகியவற்றைச் செய்து பார்த்தல்.

    (அ) ஒரே பயிருக்கு பிற விஷயங்களில் ஒரே மாதிரியாகவும் உரம் போட்டு மற்றும் போடாமல் விளைவுகளை ஆய்வு செய்தல்.

    (ஆ) களை எடுக்கப்பட்ட பாத்தி, களை எடுக்காமல் விடப்படும் பாத்தி இவற்றில் செடிகளின் வளர்ச்சி பற்றிய ஆய்வு

    (இ) களை எடுத்து உழுத நிலத்துக்கும் களை மட்டும் எடுத்த நிலத்துக்கும் இடையிலான விளைச்சல் வித்தியாசம்

கோட்பாட்டு வகுப்பு

1. களைகளின் வகைகள்

2. களை எடுப்பதன் அவசியம். எப்போது, எப்படிக் களையெடுக்க வேண்டும்?

3. களைகள் பயிர் வளர்ச்சியைப் பாதிக்கும் விதம்.

(அ) பல்லாண்டுப் பயிர்களுக்கான ஆழமான, தீவிரமான களையெடுப்பு

(ஆ) ஓராண்டுப் பயிர்களுக்கு லகுவான களையெடுப்பு

4. மழை பெய்து முடித்ததும் மூடாக்கு போடுதல்

(அ) குளிர் காலப் பயிர்களுக்கு ஈரப்பதத்தைத் தக்கவைத்தல், நீரை மண் உறிஞ்சிக் கொள்ள வைத்தல்

(ஆ) களைகள்

5. நாட்டு மரக் கலப்பை, இரும்பு கலப்பை ஒப்பீடு

(அ) உருவாக்குதல்

(ஆ) செயல்பாடு

(இ) இரண்டின் சாதக பாதகங்கள்

6. கூர் நுனிக் கலப்பைக்கும் வட்ட வடிவ கலப்பைக்கும் இடையிலான வித்தியாசம். மழை விட்ட பின் இரண்டையும் குளிர் காலப் பயிர்களுக்குப் பயன்படுத்தும் விதம், அவற்றின் விளைவுகள்

7. வேர்கள் உருவாகும் விதம், ஆணிவேர், சல்லி வேர் வகைகள்.

8. வேர்கள், தண்டுகளை மாற்றியமைத்தல்

முள்ளங்கி, சர்க்கரைவள்ளிக் கிழங்கு, கேரட் ஆகியவற்றின் வேர்கள்,

9. உருளைக்கிழங்கு, இஞ்சி ஆகியவற்றின் தண்டு இவற்றின் பண்புகள், செயல்பாடுகள், வித்தியாசங்கள்.

10. ஆல மர விழுதுகள், சணல், கோதுமை, படர் கொடிகள் ஆகியவற்றின் வேர்கள்.

11. மலர்களின் பாகங்கள், நிறம், மலரும் நேரம் இவற்றின் அடிப்படையில் மலர்களைப் பற்றிய பாடங்கள்.

12. உரங்கள் தயாரிப்பு. கோமியம், கோ மூத்திரம் பயன்படுத்தி தயாரிக்கப்படும் உரங்கள்.

குறிப்பு: வயல்கள், பாத்திகளில் மாணவர்கள் இறங்கி வேலை செய்து படிக்கவேண்டும்.

ஆறாம் வகுப்பு

செய்முறைப் பயிற்சி

1. கலப்பையில் எருதுகளைப் பூட்டி நேராக உழுதல்
2. சரியான பருவத்தில் சரியான பயிர்களை வளர்த்தல். நிலத்தை சீர்திருத்துவது தொடங்கி தானியங்களைச் சுத்தம் செய்தல் வரை அனைத்தையும் செய்து பார்த்தல். உள்ளூர் கோடைக்கால, குளிர்காலப் பயிர்களைப் பயிரிடுதல்.
3. வயல் மற்றும் தோட்டப் பயிர்கள் வளர்க்க அனைத்து பணிகளையும் செய்தல். மண்ணை இளக்குதல், உழுதல், விதைக் கலப்பை பயன்படுத்துதல்.
4. மிளகாய், கரும்பு உருளைக் கிழங்கு, இஞ்சி, மஞ்சள், பட்டாணி போன்ற தோட்டப் பயிர்களை வளர்த்தல்
5. சாணக் கிடங்குகள், கோ மூத்திரம் சேகரித்தல்.
6. பசுமை – இயற்கை உரம் தயாரித்தல்
7. சாணம், கோ மூத்திரம் கொண்டு உரமிடுதல்
8. தோட்டப் பயிர்களுக்கு இயற்கை உரமிடுதல்
9. திரவ உரங்கள் பயன்படுத்துதல்
10. பயிர் சுழற்சி விளக்கப் பயிற்சி.
11. மலர்களைப் பறித்து சேகரித்தல், வகைப்படுத்தல். எந்தெந்தப் பூச்சிகள் மலர்களை மொய்க்கின்றன. அவற்றின் மூலம் நடக்கும் மகரந்தச் சேர்க்கையைக் கவனித்தல்
12. தோட்டப் பயிர்கள்.

    (அ) கொய்யா நடுதல்

    (ஆ) ஆரஞ்சு பழச் செடி நடுதல்

    (இ) மாம்பழம் பயிரிடுதல்
13. பல நிலைகளில் பயிர் நடவு.

    (அ) நிலத்தைப் பண்படுத்துதல்

    (ஆ) குழிகள் தோண்டுதல்

    (இ) உரமிட்டு, குழிகளை மூடுதல்

(ஈ) பயிர்களை நடுதல்

(உ) பயிர்களின் அளவுக்கு ஏற்ப இடம் விட்டு நடுதல்

(ஊ) நீர்ப் பாசனம்

14. தோட்டங்களில் உள்ள பாத்திகளில் பல்வேறு பரிசோதனைகள் செய்து பார்க்கவேண்டும்.

(அ) பயிர் சுழற்சி

(ஆ) ஊடு பயிர்

(இ) உழுது பயிரிடுதல், உழவு இன்றிப் பயிரிடுதல். மழைக்காலத்தில் நிலத்தில், பயிரில் ஏற்படும் மாற்றங்களைக் கூர்த்து கவனித்தல். செடிகள் நீரை உறிஞ்சுதல், மண் நீரை உறிஞ்சித் தக்கவைத்தல். மழை பெய்ததும் மண்ணைக் கிளறி விடுவதன் பலன். மூடாக்கு போட்டு ஈரப்பதத்தைத் தக்கவைத்தல்.

(ஈ) மேலடுக்கு மண், கீழடுக்கு மண் பயன்படுத்தி சிறு சட்டிகளில் பயிர் வளர்த்தல்

கோட்பாட்டு வகுப்பு

1. விதை பாதுகாப்பு, சேகரம்

2. நல்ல விதைகளைத் தேர்ந்தெடுத்தல்

(அ) முளைவிடுதல்

(ஆ) பயிராக வளரும் சதவிகிதம்

3. விதைகளின் அளவுக்கு ஏற்ப பாத்திகள் அமைத்தல்

(அ) மெல்லிய விதைகளுக்கு நுண் மணல் பாத்தி

(ஆ) பெரிய விதைகளுக்கு மணற்பாங்கான பாத்தி

4. நீர்ப்பாசன முறைகள்

(அ) நிலத்தைப் பண்படுத்துதல்

(ஆ) வெள்ள நீர்ப் பாசனம்

(இ) மண்ணின் தன்மை மற்றும் கால நிலைக்கு ஏற்ப பின்பற்றவேண்டிய நீர்ப்பாசன வழிகள்

5. மண்

மேலடுக்கு, கீழடுக்கு மண் ஒப்பீடு

(அ) மேலடுக்கின் கனம், கீழடுக்கு ஆரம்பிக்கும் ஆழம்

(ஆ) மண் தொடுவதற்கு எப்படி இருக்கிறது, துகள் , நிறம்

(இ) பசைத் தன்மை, ஈரப்பதம்

(ஈ) மண்ணில் இருக்கும் கனிம சத்து

(உ) மேலடுக்கு மற்றும் கீழடுக்கு மண்ணின் பயிர் வளம்

(ஊ) கீழடுக்கு மண்ணை மேலே கொண்டுவந்துவிடாமல் உழுதல்

6. உழுதலின் அவசியம்

(அ) களைகளை அகற்றுதல், பூச்சிகளை அகற்றுதல்

(ஆ) வயல்களைப் பண்படுத்துதல்

(இ) மண்ணைக் கிளறிவிடுதல்

(ஈ) தாவரங்களுக்கான உரம்/ஊட்டச் சத்து தயாரித்தல்

(உ) உழுத மற்றும் உழாத நிலத்தின் ஈரப்பதத்தைத் தக்கவைக்கும் சக்திகள்

(ஊ) குளிர்காலப் பயிர்களின் மீதான தாக்கம்

(எ) பருவ கால உழவு மற்றும் மழைகளுக்கு இடையே தொடர்ச்சியான உழவு

7. பண்ணைப் பயிர்கள்

(அ) விதை நடும் காலம் மற்றும் வழிமுறைகள்

(ஆ) ஒரு ஏக்கருக்கு எவ்வளவு விதை தேவை?

(இ) ஒவ்வொரு நிரைக்கும் இடையிலான இடைவெளி'

(ஈ) பயிர் வளரும் காலத்தில் செய்யும் பல்வேறு பணிகள். ஏன்? எப்படி?

(உ) அறுவடைக்காலம்

(ஊ) ஏக்கருக்கு விளைச்சல்

8. கலப்பைகளின் பல வகைகள்

(அ) அவற்றில் பல்வேறு பாகங்கள் மற்றும் செயல்பாடுகள்

(ஆ) வட்ட வடிவ தட்டு போன்ற கலப்பை, கூர் நுனிக் கலப்பை செயல்பாடுகளில் உள்ள வித்தியாசம்

(இ) எப்போது தட்டு வடிவ கலப்பையைப் பயன்படுத்த வேண்டும். மண் கட்டிகளை உடைத்தல், களைகள் மண்டிய

நிலத்தில் கலப்பை நன்கு செயல்பட வழி வகுத்தல்.

9. உழுத பின்னர் மண் கட்டிகளை உடைத்து விதை ஊன்றத் தோதாக நிலத்தை சமப்படுத்தும் கருவியின் செயல்பாடு

10. பயிர் பரவல். ஆரஞ்சு, மாம்பழம், கொய்யா என வெவ்வேறு வழிகளில் நடப்படும் பயிர்கள்

11. கனிவகைகள் பயிரிடுதல்

(அ) ஆரஞ்சு பழம்

(ஆ) எலுமிச்சை

(இ) கொய்யா

(ஈ) பிற பழங்கள்

12. பயிர்ச்சுழற்சி

(அ) அதன் அவசியம்

(ஆ) பயன்

(இ) நில வளம் மற்றும் பயிர் விளைச்சலில் அதன் பங்கு

(ஈ) எப்படி நடுவது?

13. கரும்பு பயிர் பற்றிய விரிவான பாடம்

14. உரங்கள் மற்றும் வகைகள்

(அ) சாம்பல் உரம் தயாரிக்கும் விதம்

(ஆ) நைட்ரஜன், பொட்டாசியம், பாஸ்பரஸ் – உரங்களின் முக்கிய அம்சங்கள்

(இ) ஒவ்வொன்றும் பயிர் வளர்ச்சியில் வகிக்கும் பங்கு

(ஈ) திடமான, வீரியமான உரங்கள்

(உ) பசுமை உரமாக எவற்றையெல்லாம் பயன்படுத்தலாம்? அதற்கான நேரம்.

15. மண்ணின் வளத்தைத் தக்கவைக்கும் பிற வழிகள்: பயிர் சுழற்சி, ஊடுபயிர்

16. வயல் மற்றும் தோட்ட பயிர்கள் பற்றிய விரிவான படிப்பு

17. குதிர்கள், சேமிப்பு கிடங்குகள், வைக்கோல் போர்கள் போன்றவற்றை உரிய பயிற்சி பெற்று அமைத்தல்

18. விவசாயக் கருவிகள் செய்வதற்குத் தேவையான தச்சு வேலைகள், இரும்பு பட்டறைப் பணிகள் கற்றுக்கொள்ளுதல்

ஏழாம் வகுப்பு

செய்முறைப் பயிற்சி

1. அறுவடை செய்த பயிர்களைச் சூடடித்தல், சுத்தம் செய்தல், உமி நீக்குதல். பல்வேறு தானியங்களைச் சுத்தம் செய்யும் கருவிகளை உருவாக்கிப் பயன்படுத்துதல்

2. பயிர்களில் வளரும் பூச்சிகள். பூச்சிக் கொல்லிகள், தெளிப்பான்கள் தயாரித்தல்.

3. பூக்கள் பற்றி கூடுதல் ஆராய்ச்சி

4. வயல்கள், தோட்டப் பயிர்கள், கனிவகைகள் பற்றி கூடுதல் படிப்பு

5. வெல்லம் தயாரிப்பு

6. பயிர்கள் உணவு தயாரிக்கும்போது ஆக்ஸிஜனை வெளிவிடுவது பற்றிய பரிசோதனை

7. கரும்பு பிழியும் இயந்திரத்தைக் கழற்றி மாட்டி பயிற்சி பெறுதல்

8. பல்வேறு கலப்பை வகைகளைக் கழற்றி மாட்டி பயிற்சி பெறுதல்

9. விலங்கு வளர்ப்பு. விலங்குகளுக்குத் தூய்மையான பாதுகாப்பான வீடு/இருப்பிடம் அமைத்துத் தருதல்; போஷாக்கான உணவு தருதல், எளிய வேலைகள்.

10. பால் பண்ணை. பால் கறப்பது, பால் பொருட்கள் தயாரித்தல். பால் கறக்கும் வழிமுறைகள். செய்முறைப் பயிற்சி.

11. கால்நடைகளுக்கு வரும் நோய்கள்.

    (அ) வெட்டுக் காயங்கள், கொப்பளங்கள், தோல் நோய்கள் போன்ற பொதுவான நோய்களுக்கான சிகிசைகள்

    (ஆ) தொற்று நோய்கள். பாதிக்கப்படும் விலங்குகளை அடையாளம் கண்டு அவற்றுக்கு உடனே சிகிச்சை தர ஏற்பாடு செய்தல்.

12. முடிந்தால் மாணவர்கள் பள்ளியில் ஒரு கூட்டுறவு கடை நடத்தலாம்.

13. பண்ணைக் கணக்கு வழக்குகள் - பள்ளி பண்ணையின் அனைத்துவகையான கணக்கு வழக்குகளையும் மாணவர்களே நிர்வகிக்கவேண்டும். தனித்தனி பயிர் விளைச்சலில் வரும்

லாப நஷ்டங்கள் மற்றும் ஒட்டு மொத்த பண்ணை வருமானம், செலவு ஆகியவற்றை முறையாகப் பதிவு செய்யவேண்டும்.

14. தோட்டங்களில் பாத்திகள் அமைத்து பல்வேறு பயிர்களை வளர்த்து அவற்றைப் பற்றிய விவரங்களைத் தொடர்ந்து பதிவு செய்துகொள்ளவேண்டும்.

(அ) நெருக்கமான நடவு, முறையான இடைவெளி விட்டு நடவு

(ஆ) வெய்யில் படும் பாத்தி, நிழலான பாத்தி ஆகியவற்றில் வளர்ந்த செடிகள்

(இ) நெகிழ்வான மணல், மக்கிய இலை உரம் சேர்க்கப்பட்ட மணல் இரண்டின் நீர்ப்பிடிமான சக்தி. இறுகிய மண், உரம் சேர்க்கப்பட்ட மண் ஆகியவற்றின் நீர் பிடிக்கும் சக்தி.

(ஈ) பயிர் செய்யப்பட்டிருக்கும் நிலம் ஈரமாக அல்லது உலர்ந்து இருக்கும்போது தட்ப வெப்ப மாறுதல்களினால் அடையும் பாதிப்பு.

கோட்பாடுகள்

1. (அ) விதை நடுதல்

(ஆ) அறுவடை எந்திரம்

(இ) தானியம் தூற்றுதல்

2. பூச்சிகள்

(அ) பூச்சிகளின் வகைகள்

(ஆ) பூச்சிகளைக் கட்டுப்படுத்தும் இயற்கை மற்றும் செயற்கை வழிகள்

(இ) தீமை மற்றும் நன்மை தரும் பூச்சிகள்

3. மலர்கள், கனிகள்

(அ) மலர்களின் ஆண், பெண் பாகங்கள்

(ஆ) மகரந்தச் சேர்க்கை நடக்கும் விதங்கள்

(இ) உலர், சதைப்பிடிப்பு மிகுந்தவை, வெடித்துப் பரவும் விதைகள், என பழங்களின் வகைகள்

(ஈ) விதை பரவலின் பல வகைகள்

4. இலைகளில் ஆக்ஸிஜன் உள்ளிழுக்கப்படுதல்

(அ) ஊட்டச் சத்து

(ஆ) பச்சை நிறம், சூரிய ஒளியின் தாக்கம்

(இ) தாவரங்களின் இலைகளில் இருந்து நீர் வெளியேறுதல் – இதை அதிகரிக்கச் செய்பவை, குறையச் செய்பவை

5. கருவிகள்

(அ) கரும்பு பிழியும் எந்திரம்

(ஆ) பயிர், தீவனம் வெட்டும் கருவி. இவை இயங்கும் விதம், உற்பத்திச் செலவு

6. பூச்சி, களை அகற்றுதல்

(அ) கன்ஸ் புல்- வேலி போல் வளர்த்தல்

(ஆ) நாகர்மோதா – சணல் தாவரம் வளர்த்தல்

(இ) வெப்பம் மிகுந்த காலத்தில் ஆழமாக உழவேண்டும். மழை பெய்தவுடன் நிலத்தை கிளறிவிடவேண்டும்.

7. ஆழமாக உழுதல், மேலோட்டமாக உழுதல் மூலம் களைகள், பூச்சி, புழுக்களை அகற்றுதல். பருவ காலம், மண்ணின் தன்மைக்கு ஏற்ப இதைச் செய்யவேண்டும். பல்வேறு வகையான உழவுக் கருவிகளை பயன்படுத்தும் விதம்.

8. கால் நடை வளர்ப்பு. கால் நடை பெருக்கம், பராமரிப்பு. உயர் ரக காளைகள், பசுக்களைத் தேர்வு செய்தல். கலப்பு மற்றும் முறையான இனப்பெருக்கம்.

9. கால்நடை நோய்கள்

(அ) நோய் வாய்ப்பட்ட விலங்கை ஆரோக்கியமான விலங்கிடமிருந்து பிரித்து அடையாளம் காணுதல்.

(ஆ) நோய்வாய்ப்பட்ட விலங்குகளைத் தனிமைப்படுத்துதல்

(இ) நோய்வாய்ப்பட்ட விலங்குக்கு சிகிச்சை. மருந்துகள், சத்தான உணவு தருதல். தொற்று நோய்களில் இருந்து மந்தையைப் பாதுகாத்தல்.

10. வயல் மற்றும் தோட்டப் பயிர்கள் தொடர்பான கூடுதல் படிப்பு.

11. கூட்டுறவு அமைப்புகள்

(அ) கிராமங்களில் கூட்டுறவின் கோட்பாடுகளை

அறிமுகப்படுத்துதல்

(ஆ) அதன் நன்மைகள்

12. பண்ணைக் கணக்கு வழக்குகள்

(அ) மொத்த இருப்பு பதிவேடு

(ஆ) வரவு செலவு பதிவேடு

(இ) ஒவ்வொரு செலவுக்கான பட்டியல்

(ஈ) நாட்குறிப்பு

(உ) மாதாந்திர வாராந்திர வருகைப் பதிவேடு

(ஊ) லெட்ஜர் பொது விவரப் பதிவேடு

13. வருடாந்தர கணக்கேடு. வரவு செலவு கணக்கைப் பார்த்து லாபத்தை அதிகரிக்கும் வழிகளைத் தீர்மானித்தல்

குறிப்பு : மண் வகைகள், பயிராக்கம், உரங்கள், பயிர்கள் தொடர்பாக முந்தைய வகுப்புகளில் படித்தவற்றை மீள் நினைவு செய்துகொள்ளுதல். மாணவர்கள் ஆண்டு முழுவதும் தோட்டங்கள், வயல்கள், தோப்புகளில் தாங்கள் விளைவிக்கும் பயிர்களைத் தொடர்ந்து பராமரித்துவர வேண்டும்.

பருத்தி விவசாயம் – கணக்கு வழக்குகள்

(உள்ளூர் சூழலுக்கு ஏற்ற, இறவைப் பாசன வசதி கொண்ட வேறு பயிர்களின் விவசாயத்தை வருமானத்தைப் பாதிக்காத வகையில் மேற்கொள்ளலாம்)

1. நிலப்பரப்பளவு - 20 ஏக்கர்
2. பயிர்கள்

   கரும்பு - 2 ஏக்கர்

   பழங்கள் - 4 ஏக்கர்

   தோட்டப் பயிர்கள் - 6 ஏக்கர்

   பருத்தி, சணல், நிலக்கடலை - 8 ஏக்கர்

   மொத்தம் - 20 ஏக்கர்
3. மொத்த வருமானம் - 1910.00
4. செலவுகள், தேய்மானம் உட்பட - 910.00
5. நிகர லாபம் - 1000.00
6. ஆரம்ப கட்ட, ஒரு முறை செலவினம் - 6.000.00
7. அடிக்கடியான செலவுகள் (வருடத்துக்கு) - 900.00
8. மொத்த ஆரம்ப கட்ட முதலீடு - 6900.00

எதிர்பாராத நெருக்கடிகளினால் பயிர், விளைச்சல் இழப்பு ஏற்படாதவரையில் இந்த தொகையே ஒரு ஆண்டு பராமரிப்புக்குப் போதுமானது.

கால்வாய்ப் பாசனத்துக்கான வசதி வாய்ப்புகள் இருக்கும் பட்சத்தில் அடிக்கடித் தேவைப்படாத செலவுகளை ரூ 1450 குறைக்கமுடியும். மாணவர்கள் மூலமான உடல் உழைப்புக் கூலி தொடர்பான சேமிப்பானது நீர்ப்பாசனச் செலவுகளை ஈடுகட்டிவிடும். மத்திய பிராந்தியங்களில் கரும்புக்கு ரூ 15-ம் தோட்டப் பயிர்களுக்கு ரூ 10ம் செலவாகும்.

பயிர்	ஏக்கர்	கூலி	பிற செலவு	நில மதிப்பு தொகை	மொத்த செலவு	சரசரி வருவாய்	மொத்த வருவாய்	நிகர லாபம்
கரும்பு	2	164	130	6	300	200	400	100
கனிவகை	4	210	190	12	412	150	600	188
தோட்டப் பயிர்	6	210	250	18	478	125	750	272
பருத்தி, சணல், நிலக்கடலை	8	52/6/8	45/9/4	22	120	20	160	40
மொத்தம்	20	636/6/8	615/9/4	58	1310		1910	600
மாணவர்களைப் பயன்படுத்துவதால் ஏற்படும் சேமிப்பு	20	400			400			400
	20	236/6/8	615/9/4	58	910		1910	1000

நில வருவாய் மதிப்பைக் கணக்கில் எடுத்துக் கொள்ளாவிட்டால் எதிர்பாரத செலவினங்களைச் சமாளிக்க முடியாமல் போய்விடும். பழத்தோட்டங்கள் விளைச்சல் கொடுக்க சில வருடங்கள் எடுக்கும். அதனால் அந்தக் காலகட்டத்தில் ஊடு பயிராக தோட்டப் பயிர்களை நட்டு வருவாயை ஈடுகட்டிக்கொள்ளலாம்.

அடிக்கடித் தேவைப்படாத மொத்த செலவினங்கள்

வரிசை எண்	தேவைப்படும் அளவு	பொருட்கள்	செலவு/ விலை
1	*20*	நிலம்	*2000*
2		கிணறு	*750*
3		வேலி	*500*
4	*2*	ரஹத்	*700*
5	*3*	எருதுகள் ஜோடி	*350*
6	*1*	மேலடுக்குக் கலப்பை	*35*
7	*2*	ஆழ உழும் கலப்பை	*24*
8	*2*	வட்ட கலப்பை	*10*
9	*1*	குழாய்	*40*

10	4	சாதா குழாய்	10
11	1	ரிட்ஜ் கலப்பை	45
12	1	பல்கைகள்	5
13	2	நாட்டு கலப்பை	4
14	1	அர்கரா	4
15	1	நாரி	3
16	3	நுகத்தடி	4
17	4	ஷிவ்லாஸ்	2
18	2	வண்டிகள்	80
19	4	சங்கிலிகள்	8
20		கயிறுகள்	10
21	1	காளைகளுக்குத் தொழுவம், கருவிகள் வைக்க இடம், தீவனம் வைக்க இடம்	300
22	1	தெளிப்பான்	50
23	12	மண்வெட்டிகள்	12
24	6	கோடரி	9
25	12	கதிர் அறுவாள்	6
26	12	சட்டிகள்	6
27	12	அருவாள்	6
28	12	களைக் கொத்தி	18
29	2	எடை கருவி, எடைக் கற்கள்	10
30	1	தானிய எடை	4
31		ஈட்டி	2
32	1	மர வெட்டி	2
33	1	குத்தூசி	1
34	1	கோடாரி	1
35	2	கடப்பாறை	5
36	6	தோண்டும் கருவி	30

37	2	கத்தரிகோல்	10
38	6	சிறிய கத்தி	18
39	6	செடி, மரங்களில் தேவையற்ற பாகங்களை வெட்டும் கத்தி	12
40	6	சட்டி	6
41	1	முறம்	160
42	1	கரும்பு பிழியும் எந்திரம்	150
43	1	இரும்புச் சட்டி	30
44	1	கோதுமை பிரிக்கும் கருவி	45
45	2	பசுக்கள்	80
46		கால்நடை தீவனம், பயிர்களுக்கான செலவு (முதல் வருடம்)	300
47		பிற செலவினங்கள்	50
		மொத்தம்	5910

ஒரே முறை செய்யப்படும் செலவுகள் ரூ 5910 அல்லது ரூ 6000 என்று கணக்கிட்டுக் கொள்ளலாம். ஏக்கருக்கு ரூ 100 என்று நில மதிப்பு கணக்கிடப்பட்டுள்ளது. சற்று மலிவு விலையிலும் நிலம் கிடைக்கக்கூடும்.

ஆண்டுதோறும் அடிக்கடித் தேவைப்படும் விஷயங்களுக்கான செலவு ஆண்டுக்கு ரூ900 ஆகலாம்.

கல்விக்கான அடிப்படைத் தொழிலாக நெசவும் நூற்பும்

1. இரண்டு வகை: நூற்புக் கல்வி, நெசவுக் கல்வி

2. முதல் ஐந்து ஆண்டுகள் நூற்புக்கு முக்கியத்துவம் தரப்பட வேண்டும். கடைசி இரண்டு ஆண்டுகளில் நெசவுத்தொழில் வழியில் கற்றுத் தரவேண்டும். கூடவே இதற்குத் தேவையான தச்சு வேலை, இரும்பு பட்டறைப் பணி ஆகியவற்றின் ஆரம்ப நிலை விஷயங்களையும் இணைத்துக் கற்றுத்தரவேண்டும்.

3. ஒவ்வொரு வருடமும் இரண்டு பகுதிகளாகப் பிரிக்கப்படும். மாணவர்களின் கல்வி முன்னேற்றத்தைக் கணிக்கவும் வளர்க்கவும் இது உதவிகரமாக இருக்கும்.

4. பருத்தியைப் பறித்து, பஞ்சு சுத்தப்படுத்தும் பணி பள்ளியில் செய்முறைப் பயிற்சியாகக் கற்றுத் தரப்படவேண்டும். பள்ளியில் பயன்படுத்தும் துணிப் பொருட்கள் முழுவதும் மாணவர்கள் தம் கைகளால் ராட்டையில் நூற்று உற்பத்தி செய்ததாக இருக்கவேண்டும். விளை நிலங்களில் இருந்து பறிக்கும் பருத்தி, பஞ்சு, இலைகள், பூச்சிகள் இல்லாதவாறு நன்கு தூய்மைப்படுத்தப்பட்டிருக்கவேண்டும்.

5. பஞ்சிலிருந்து உற்பத்தி செய்யும் நூலை நூல் கண்டில் அறுபடாமல் சுற்ற மூத்த மாணவர்கள் இளைய மாணவர் களுக்கு உதவவேண்டும்.

6. நூல் அறுந்து வீணாகாமல் இருக்க ஆரம்ப நிலைகளில் ஆசிரியர்கள் மாணவர்களுக்கு அருகில் இருந்து மிகுந்த கவனத்துடன் கற்றுக் கொடுக்கவேண்டும். 10% இழப்பு அனுமதிக்கப்படலாம். நூலின் விலையை இந்த இழப்பையும் கணக்கில் கொண்டு நிர்ணயிக்கவேண்டும். எப்படியும் இதற்கு அதிகமாக வீணாகக்கூடாது.

7. உற்பத்தி செய்யப்படும் நூல் 8 கவுண்டிலிருந்து 12 கவுண்ட் அல்லது அதற்குக் குறைவாக இருக்கும்போது, அந்த பருத்தி ரோஸியம் தரத்துக்குக் குறைவாக இருக்கக்கூடாது. 13 கவுண்ட் அல்லது அதற்கு மேல் உற்பத்தி செய்யப்பட்டால், வேரம், சுராதி, கம்போடியா, ஜெயவந்த் அல்லது பஞ்சாப்-அமெரிக்க பருத்தி பயன்படுத்தப்படவேண்டும்.

8. நாளொன்றுக்கு மூன்று மணி நேரம், 20 நிமிடங்கள் இந்த கைவினைக் கலை மற்றும் அதன் வழியிலான கல்வி கற்றுத்தரப்படவேண்டும். ஆண்டுக்கு பள்ளி நாட்கள் 288 ஆக இருக்கவேண்டும். மாதத்துக்கு 24 நாட்கள் பள்ளி நடக்கவேண்டும்.

9. அரையாண்டு முடிவில் நூல் நூற்கும் வேகம் எவ்வளவாக இருக்கவேண்டும் என்பதை தேர்வுக்கான குறிப்பிட்ட நேரத்துக்கான வேகமாக மட்டுமே கணக்கிட்டுக் கொள்ள வேண்டும். தினமும் மூன்று மணி நேரம், 20 நிமிட நூற்பு நடக்கும் நிலையில் அதற்கான சராசரி வேகமாகவே ஆசிரியர் தீர்மானிக்கும் நேரம் இருக்கவேண்டும்.

10. மாணவர்களின் உடல் நலக் குறைபாடு மற்றும் பிற காரணங்களினால் எடுத்துக்கொள்ளும் விடுமுறைகளைக் கணக்கில் கொண்டு 25% தள்ளுபடி கொடுத்து உற்பத்தியை நிர்ணயித்துக்கொள்ளவேண்டும்.

முதல் வகுப்பு

முதல் பருவம்

1. இந்தப் பருவத்தில் கீழ்க்காணும் செயல்முறைகள் கற்றுத் தரப்படவேண்டும்.

அ) பருத்தியைத் தூய்மைப்படுத்துதல்

ஆ) பஞ்சைத் தூய்மைப்படுத்துதல்

இ) பஞ்சுகளைப் பிரித்தல்

ஈ) தக்ளி கொண்டு வலது கையால் நூல் நூற்றல்; விரல்களால் நூல் நூற்றல்

உ) தக்ளி மூலம் இடது கையால் நூற்றல். ஆனால் வலது கையால் முறுக்கிச் சுற்றுவதுபோலவே சுற்றவேண்டும்.

மேலே சொல்லப்பட்டிருக்கும் மூன்று வழிகளும் தெரிந்திருக்கவேண்டும்.

ஊ) நூலை கண்டில் சுற்றுதல்

2. வலது, இடது கை என இரண்டு வழிகளிலும் தக்ளி நூற்கக் கற்றுத் தரவேண்டும்.

3. கண்டில் சுற்றுவது உட்பட நூற்பு வேகமானது ஆறு மாதங்களில் மூன்று மணி நேரத்தில், பத்து கவுண்ட் அளவில் ஒன்றரை லாட்கள் (160 சுற்றுகள்) நூற்று முடிக்க முடிய வேண்டும்.

4. ஆறு மாத காலப்பயிற்சியின்போது வேகம் சாராசரியாக மூன்று மணிநேரத்துக்கு 10 கவுண்ட்கள் கொண்ட முக்கால் லாட்டாக இருக்கவேண்டும். அதாவது 144 நட்களில் 27 கண்டுகள் (640 சுற்றுகள் கொண்டது). எடையளவில் ஒரு சேர் (ஒன்றே கால் கிலோ) ஆறு சட்காகள் (300 கிராம்). ஒரு சேருக்கு 12 ரூபாய் கூலி. பஞ்சு தூய்மைப்படுத்துதலுக்கான தொகை 1.60 நீங்கலாக.

இரண்டாம் பருவம்

1. இந்தப் பருவத்தில் பஞ்சைச் சுத்தம் செய்வது கற்றுத் தரப்படவேண்டும்.

2. ஆறுமாதங்கள் முடிவில் பஞ்சு சுத்தம் செய்தல் (நூல் இழையாக சுற்றிவைத்தல் உட்பட) ஒருமணி நேரத்துக்கு இரண்டரை தோலா இருக்கவேண்டும்.

3. ஆறு மாத முடிவில் தக்ளியால் நூற்கும் வேகம் கண்டில் சுற்றுவது உட்பட மூன்று மணி நேரத்தில் 10 கவுண்ட்கள் கொண்ட இரண்டு லாட்கள் இருக்கவேண்டும்.

4. தக்ளியால் நூற்கும் வேகம் சராசரியாக மூன்று மணி நேரத்துக்கு 10 கவுண்ட் கொண்ட ஒன்றே கால் லாட் ஆக இருக்கவேண்டும். மொத்த உற்பத்தி இரண்டேகால் சேர் எடை அளவுகொண்ட 45 கண்டுகள். கூலி சேருக்கு ரூ 1-6-0 என்பது ரூ 2-8-6 ஆகும்.

தக்ளியில் நூற்பது தொடர்பான ஆய்வுகள், கேள்விகள்:

1. தக்ளியில் மிக அதிக பஞ்சு சுற்றிக்கொண்டால், தக்ளி சுற்றும் வேகம் குறைவது ஏன்?

2. தக்ளியில் பஞ்சு தளர்வாகச் சுற்றப்பட்டிருந்தால் தக்ளியின் வேகம் அதிகரிப்பது ஏன்?

3. தக்ளியைப் பயன்படுத்த ஆரம்பிக்கும் முன் சாம்பல் தடவிக் கொள்வது ஏன்?

இரண்டாம் வகுப்பு

முதல் பருவம்

1. இந்தப் பருவத்தில் பருத்தியிலிருந்து பஞ்சு தனியாகவும் விதை தனியாகவும் பிரிக்கக் கற்றுத்தரவேண்டும்.

2. முதலில் இரும்புக் கழி, மரச் சட்டகம் கொண்டு பிரிக்க வேண்டும். அரை மணி நேரத்துக்கு ஒரு சடக் அளவுக்கு நல்ல வேகம் வந்ததும் கையால் இயக்கும் ஜின் கருவியைப் பயன்படுத்தவேண்டும்.

3. ஆறுமாத முடிவில் பஞ்சைத் தூய்மை செய்யும் பணியில் அரை மணி நேரத்தில் 20 தோலா அளவு சுத்தம் செய்தாகவேண்டும்.

4. ஆறு மாத முடிவில் பஞ்சுப் பொதியில் சிக்கெடுத்தல், (நூலாக தயாரித்தல்) மணிக்கு மூன்று தோலா என்ற அளவுக்கு இருந்தாகவேண்டும்.

5. தக்ளி நூற்பானது இந்த பருவத்தின் முடிவில் மூன்று மணி நேரத்துக்கு பத்து கவுண்ட்கள் கொண்ட இரண்டே கால் லாட்கள் உற்பத்தி செய்துமுடித்தாகவேண்டும்.

6. தக்ளியில் நூற்கும் வேகம் நாளொன்றுக்கு சராசரியாக மூன்று மணி நேரத்தில் 12 கவுண்ட்கள் கொண்ட ஒன்றே முக்கால் லாட்கள் உற்பத்தி செய்தாகவேண்டும். மொத்த உற்பத்தி என்பது, இரண்டு சேர்கள், பத்து சடக் என்ற அளவில் 63 கண்டுகள் உற்பத்தி செய்தாகவேண்டும். கூலி சேருக்கு 1-6 (பஞ்சை சுத்தம் செய்வதையும் சேர்த்து) வகையில் ரூ 3-9-9 ஆக இருக்கும். இதனுடன் -4- பஞ்சில் சிக்கெடுப்பதையும் சேர்த்தால் மொத்த செலவு 3-13-9 ஆகும்.

இரண்டாம் பருவம்

1. இந்தப் பருவத்தில் இரண்டு நூல் சக்கரங்கள் கொண்ட ஏர்வடா ராட்டை மூலம் நூற்கக் கற்றுக் கொள்ளவேண்டும்.

2. இந்த ராட்டையில் இரண்டு கைகளாலும் நூற்கக் கற்றுத் தரவேண்டும்.

3. பஞ்சு பொதியை சுத்தம் செய்தல் (நூல் சுருளாக ஆக்குவதை யும் சேர்த்து) மணிக்கு மூன்றரை தோலா என்ற அளவை இந்தப் பருவத்தின் முடிவில் எட்டியிருக்கவேண்டும்.

4. தக்ளி நூற்பில் இந்த பருவத்தின் முடிவில் மூன்று மணி நேரத்துக்கு 12 கவுண்ட்கள் கொண்ட இரண்டே கால் லாட்கள் உற்பத்தி செய்துமுடித்தாகவேண்டும்.

5. ராட்டை நூற்பில் இந்த பருவத்தின் முடிவில் மூன்று மணி நேரத்துக்கு 16 கவுண்ட்கள் கொண்ட மூன்றே முக்கால் லாட்கள் உற்பத்தி செய்துமுடித்தாகவேண்டும்.

6. இந்தக் காலகட்டத்தில் நூல் உற்பத்தியை அளக்கும் வழிமுறையைக் கற்றுத் தரவேண்டும். செய்முறையாகவும் கோட்பாட்டு அளவிலும் இந்த அளவீடைச் செய்ய மாணவர்கள் பயிற்சி பெறவேண்டும்.

7. ராட்டையில் நூற்கும் வேகம் நாளொன்றுக்கு சராசரியாக மூன்று மணி நேரத்தில் 14 கவுண்ட்கள் கொண்ட இரண்டரை லாட்கள் உற்பத்தி செய்தாகவேண்டும். மொத்த உற்பத்தி என்பது, மூன்று சேர்கள், பத்து சடக் என்ற அளவில் 90 கண்டுகள் உற்பத்தி செய்தாகவேண்டும். கூலி சேருக்கு 1-10 (பஞ்சை சுத்தம் செய்வதையும் சேர்த்து) வகையில் ரூ 5-3-6 ஆக இருக்கும். இதனுடன் -4- பஞ்சில் சிக்கெடுப்பதையும் சேர்த்தால் மொத்த செலவு ரூ 5-7-6 ஆகும்.

ராட்டையில் நூற்பது தொடர்பான ஆய்வுகள், கேள்விகள்

1. ராட்டையின் சுழல் கருவியை தரைக்கு இணையாக அல்லது குறிப்பிட்ட கோணத்தில் வைத்திருப்பதால் ஏற்படும் சாதக பாதகங்கள் என்னென்ன?

2. ராட்டையின் கப்பி எப்போதும் நடுவில் சுழல என்ன செய்ய வேண்டும்?

3. ராட்டையின் எந்தப் பாகத்துக்கு உயவு எண்ணெய் விடவேண்டும்?

4. ஏன் எண்ணெய் விடவேண்டும்?

5. எண்ணெய்விட்ட பின்னர் ராட்டை மிகவும் நன்றாக, இலகுவாகச் சுழல ஆரம்பிப்பது ஏன்?

இந்த இடத்தில் உராய்வு விசை பற்றிக் குழந்தைகளுக்குக் கற்றுத் தரவேண்டும். கதவு கீல் இடைவெளிகள், ஊஞ்சல், கிணற்றில் நீர் இறைக்கப் பயன்படும் கப்பி ஆகியவற்றில் எண்ணெய் விடுவதனால் என்ன மாற்றம் ஏற்படுகிறது என்பதையும் விளக்கிச் சொல்லித்தரவேண்டும்.

மூன்றாம் வகுப்பு

முதல் பருவம்

1. இந்தப் பருவத்தில் மாணவர்களுக்குப் பல்வேறு வகையான பருத்தியை இனம் காணக் கற்றுத் தரவேண்டும். பல்வேறு வகை பருத்திகளில் இருந்து உருவாக்க முடிந்த நூலின் நீளம், நூல் அளவீடுகள் எல்லாம் கற்றுக் கொடுக்கப்படவேண்டும்.
2. இந்தப் பருவத்தின் முடிவுக்குள் பஞ்சைச் சுத்தம் செய்யும் பணியில் மணிக்கு நான்கு தோலா என்ற அளவை எட்டியாக வேண்டும்.
3. தக்ளி நூற்பில் இந்த பருவத்தின் முடிவில் மூன்று மணி நேரத்துக்கு 12 கவுண்ட்கள் கொண்ட இரண்டரை லாட்கள் உற்பத்தி செய்துமுடித்தாகவேண்டும்.
4. ராட்டை நூற்பில் இந்த பருவத்தின் முடிவில் மூன்று மணி நேரத்துக்கு 20 கவுண்ட்கள் கொண்ட மூன்றே முக்கால் லாட்கள் உற்பத்தி செய்துமுடித்தாகவேண்டும்.
5. ராட்டையில் நூற்கும் வேகம் நாளொன்றுக்கு சராசரியாக மூன்று மணி நேரத்தில் 20 கவுண்ட்கள் கொண்ட இரண்டரை லாட்கள் உற்பத்தி செய்தாகவேண்டும். மொத்த உற்பத்தி என்பது, இரண்டே கால் சேர்கள் என்ற அளவில் 90 கண்டுகள் உற்பத்தி செய்தாகவேண்டும். கூலி சேருக்கு 2-4-0 (பஞ்சை சுத்தம் செய்வதையும் சேர்த்து) வகையில் ரூ 5-1-0 ஆக இருக்கும்.

இரண்டாம் பருவம்

1. தக்ளி நூற்பில் இந்த பருவத்தின் முடிவில் மூன்று மணி நேரத்துக்கு 12 கவுண்ட்கள் கொண்ட இரண்டே முக்கால் லாட்கள் உற்பத்தி செய்துமுடித்தாகவேண்டும்.
2. ராட்டை நூற்பில் இந்த பருவத்தின் முடிவில் மூன்று மணி நேரத்துக்கு 20 கவுண்ட்கள் கொண்ட நான்கரை லாட்கள் உற்பத்தி செய்துமுடித்தாகவேண்டும்.

3. ராட்டையில் நூற்கும் வேகம் நாளொன்றுக்கு சராசரியாக மூன்று மணி நேரத்தில் 20 கவுண்ட்கள் கொண்ட மூன்றே கால் லாட்கள் உற்பத்தி செய்தாகவேண்டும். மொத்த உற்பத்தி என்பது, இரண்டு சேர்கள் பதினான்கு அரை சடகா என்ற அளவில் 117 கண்டுகள் உற்பத்தி செய்தாகவேண்டும். கூலி சேருக்கு 2-4-0 (பஞ்சை சுத்தம் செய்வதையும் சேர்த்து) வகையில் ரூ 6-8-9 ஆக இருக்கும்.

பஞ்சை சுத்தம் செய்தல் நூற்பு தொடர்பான கேள்விகள்

1. நகரும் தக்கை இருப்பதால் என்ன நன்மை?
2. பஞ்சு நூல் வீணாவதன் காரணம் என்ன? அதை எப்படித் தடுக்கலாம்.
3. பஞ்சைச் சுத்தமாக்கும் கருவியில் பஞ்சை இறுக்கமாக அல்லது தளர்வாகத் திணிப்பதால் என்ன நன்மை, தீமைகள் நடக்கும்?
4. ஏர்வடா ராட்டையில் இருக்கும் சுருள்வில்களின் பயன் என்ன?

நான்காம் வகுப்பு

முதல் பருவம்

1. இந்தப் பருவத்தில் மாணவர்களுக்கு நூற்பு தொடர்பான கோட்பாட்டு விஷயங்கள் கற்றுத் தரப்படவேண்டும்.

   அ) நூலின் வலிமை, சிக்கலற்ற தன்மையை அளவிடுவது எப்படி?

   ஆ) தக்ளியின் வேகத்தை, சுழற்சி சுற்றுகளைக் கொண்டு வகுத்து ராட்டை நூற்கும் வேகத்தைக் கணக்கிடுவது எப்படி?

2) ராட்டை நூற்பில் இந்தப் பருவத்தின் முடிவில் மூன்று மணி நேரத்துக்கு 24 கவுண்ட்கள் கொண்ட நான்கரை லாட்கள் உற்பத்தி செய்தாகவேண்டும்.

3) ராட்டையில் நூற்கும் வேகம் நாளொன்றுக்கு சராசரியாக மூன்று மணி நேரத்தில் 24 கவுண்ட்கள் கொண்ட மூன்றரை லாட்கள் உற்பத்தி செய்தாகவேண்டும். மொத்த உற்பத்தி என்பது, இரண்டு சேர்கள் பத்து சடகா என்ற அளவில் 126 கண்டுகள் உற்பத்தி செய்தாகவேண்டும். கூலி சேருக்கு 2-14-0 (பஞ்சைச் சுத்தம் செய்வதையும் சேர்த்து) வகையில் ரூ 7-8-9 ஆக இருக்கும்.

இரண்டாம் பருவம்

1. இந்தக் காலகட்டத்தில் மாணவர்களுக்குக் கீழ்க்கண்ட விஷயங்கள் கற்றுத் தரவேண்டும்.

   அ) ஏர்வாடா ராட்டையின் பல்வேறு பாகங்கள் பற்றியும் அவற்றைப் பழுது நீக்குவது எப்படி என்பது பற்றியும் கற்றுத்தரவேண்டும்.

   ஆ) மூக்கில் தக்ளிகள் செய்தல்

2) ராட்டை நூற்பில் இந்த பருவத்தின் முடிவில் மூன்று மணி நேரத்துக்கு 28 கவுண்ட்கள் கொண்ட ஐந்து லாட்கள் உற்பத்தி செய்தாகவேண்டும்.

3. ராட்டையில் நூற்கும் வேகம் நாளொன்றுக்கு சராசரியாக மூன்று மணி நேரத்தில் 28 கவுண்ட்கள் கொண்ட மூன்றரை லாட்கள் உற்பத்தி செய்தாகவேண்டும். மொத்த உற்பத்தி என்பது, இரண்டே கால் சேர்கள் பதினான்கு அரை சடகா என்ற அளவில் 126 கண்டுகள் உற்பத்தி செய்தாகவேண்டும். கூலி சேருக்கு 3-10-0 (பஞ்சைச் சுத்தம் செய்வதையும் சேர்த்து) வகையில் ரூ 8-2-6 ஆக இருக்கும்.

நூற்பு தொடர்பான கேள்விகள்

1. சிறிய அளவு விட்டம் கொண்ட கப்பியைப் பயன்படுத்துவதன் மூலம் நூற்பின் வேகம் அதிகரிக்கும். ஆனால் நூலை கண்டில் சுற்றுவது ஏன் மிகவும் சிரமமாகிறது?
2. ஏர்வாடா ராட்டையின் இரண்டு சக்கரங்களின் மைய அச்சுகளுக்கு இடையிலான இடைவெளி எவ்வளவாக இருக்கவேண்டும்?
3. கணக்கிடப்பட்ட சுழற்சிகளைவிட உண்மையில் ஆக்கபூர்வமாக இருந்த சுழற்சிகளின் எண்ணிக்கை குறைவாக இருப்பது ஏன் (இழப்பு)

ஐந்தாம் வகுப்பு

முதல் பருவம்

1. இந்தக் காலகட்டத்தில் 40 கவுண்ட்கள் பஞ்சைச் சுத்தம் செய்வதில் இருக்கும் ஆந்திர பாணி பற்றிக் கற்றுத்தர வேண்டும். ஆனால், நூற்பு பயிற்சிகள் ஏர்வாடா ராட்டையிலேயே நீடிக்கவேண்டும்.

2. ராட்டை நூற்பில் இந்த பருவத்தின் முடிவில் இரண்டு மணி நேரத்துக்கு 40 கவுண்ட்கள் கொண்ட இரண்டு லாட்கள் உற்பத்தி செய்தாகவேண்டும்.

3. இந்தப் பருவத்தில் மெகன் ராட்டையில் நூற்க கற்றுத் தரவேண்டும்.

4. மெகன் ராட்டை நூற்பில் இந்த பருவத்தின் முடிவில் ஒரு மணி நேரத்துக்கு 24 கவுண்ட்கள் கொண்ட இரண்டரை லாட்கள் உற்பத்தி செய்தாகவேண்டும்.

5. ஏர்வாடா ராட்டையில் நூற்கும் வேகம் நாளொன்றுக்கு சராசரியாக இரண்டு மணி நேரத்தில் 40 கவுண்ட்கள் கொண்ட ஒன்றேகால் லாட்கள் உற்பத்தி செய்தாகவேண்டும். மெகன் ராட்டையில் நூற்கும் வேகம் நாளொன்றுக்கு சராசரியாக ஒரு மணி நேரத்தில் 24 கவுண்ட்கள் கொண்ட ஒன்றரை லாட்கள் உற்பத்தி செய்தாகவேண்டும்.

6. ஆறு மாதங்களில் மொத்த உற்பத்தி என்பது, ஒன்பது சடகா எடை என்ற அளவில் 40 கவுண்ட்கள் கொண்ட 45 கண்டுகள் மற்றும் ஒரு சேர் இரண்டு சடகா எடை என்ற அளவில் 25 கவுண்ட்கள் கொண்ட 54 கண்டுகள்உற்பத்தி செய்தாக வேண்டும்.

7. நாற்பது கவுண்ட் நூலுக்கு சேருக்குக் கூலி ரூ 3-8-3 ஆகும். 24 கவுட்ண்ட் நூலுக்கு சேருக்குக் கூலி ரூ 2-14- என்ற வகையில் மொத்தம் ரூ 3-3-9 ஆகும். இந்தப் பருவத்தில் மொத்த வருமானம் ரூ 6-12-0 ஆக இருக்கும்.

இரண்டாம் பருவம்

1. இந்தக் காலகட்டத்தில் மாணவர்களுக்கு 60கவுண்ட்கள் நூற்கக் கற்றுத்தரவேண்டும்.

2. ஒன்றுக்கொன்று தொடர்புபடுத்தி கீழ்க்கண்ட கோட்பாடு களைக் கற்றுத்தரவேண்டும்.

   அ) ஒரு யார்டு (3 அடி) துணி நெய்ய எவ்வளவு நீள நூல் தேவைப்படும்?

   ஆ) ஒரு குறிப்பிட்ட கவுண்டில் எத்தனை அங்குல முறுக்கு (ட்விஸ்ட்) தேவைப்படும்.

   இ) ஸ்பிண்டில் மற்றும் ராட்டை சக்கரம் இரண்டின் சுழற்சி விகிதம்

3. ஸ்பிண்டிலை நேராக்கும் நுட்பத்தைக் கற்றுத்தரவேண்டும்.

4. இந்தப் பருவத்தில் மாணவர்களுக்கு ஏர்வாடா ராட்டை, மெகன் ராட்டை, சாவ்லி ராட்டை போன்ற பலவகை ராட்டைகளின் அமைப்பு, உருவாக்கம், செயல்பாடு, ஒப்புமை போன்றவை கற்றுத் தரப்படவேண்டும்.

5. தக்ளி நூற்பில் இந்த பருவத்தின் முடிவில் மூன்று மணி நேரத்துக்கு 16 கவுண்ட்கள் கொண்ட மூன்று லாட்கள் உற்பத்தி செய்தாகவேண்டும். ஏர்வாடா ராட்டையில் நூற்கும் வேகம் நாளொன்றுக்கு சராசரியாக இரண்டு மணி நேரத்தில் 60 கவுண்ட்கள் கொண்ட இரண்டு லாட்கள் உற்பத்தி செய்தாக வேண்டும். மெகன் ராட்டையில் நூற்கும் வேகம் நாளொன்றுக்கு சராசரியாக ஒரு மணி நேரத்தில் 28 கவுண்ட்கள் கொண்ட மூன்று லாட்கள் உற்பத்தி செய்தாகவேண்டும்.

6. நூற்கும் வேகம் நாளொன்றுக்கு சராசரியாக 60 கவுண்ட்கள் கொண்ட ஒன்றே கால் லாட்கள் மற்றும் 28 கவுண்ட்கள் கொண்ட இரண்டு லாட்கள் உற்பத்தி செய்தாகவேண்டும். ஆறு மாதங்களில் மொத்த உற்பத்தி என்பது, ஆறு சடகா எடை என்ற அளவில் 60 கவுண்ட்கள் கொண்ட 45 கண்டுகள் மற்றும் ஒரு சேர் 4.5 சடகா எடை என்ற அளவில் 28 கவுண்ட்கள் கொண்ட 72 கண்டுகள் உற்பத்தி செய்தாகவேண்டும்.

7. 60 கவுட்ண்ட் நூலுக்கு சேருக்குக் கூலி ரூ 11-4-0 ஆகும். 24 கவுட்ண்ட் நூலுக்கு சேருக்குக் கூலி ரூ 4-3-6 என்ற வகையில் மொத்தம் ரூ 3-3-9 ஆகும். 28 கவுட்ண்ட் நூலுக்கு சேருக்குக் கூலி ரூ 3-10-0 என்ற வகையில் ரூ 4-10-3 ஆகும். இந்தப் பருவத்தில் மொத்த வருமானம் ரூ 8-13-9 ஆக இருக்கும்.

நூற்பு தொடர்பான தொழில் நுட்பக் கேள்விகள்

1. ஸ்பிண்டிலின் சாய்வான பகுதியின் மீது கப்பி ஏன் சாய்ந்துகொள்கிறது?

2. ஸ்பிண்டிலின் சுழற்சி விகிதம் அதிகரிக்கவேண்டுமென்றால் சுழற்சி சக்கரம் அல்லது இடைநிலை சக்கரம் இந்த இரண்டில் எதன் விட்டத்தை அதிகரிக்கவேண்டும்.

3. பருத்தி, தோல் போன்ற பல்வேறு வகையான வார்களின் பயன்கள். பெல்ட் வார்களின் தத்துவம்.

4. இணைப்பானின் பயன்பாடு.

5. பஞ்சை சுத்தம் செய்யும் வில்லின் கைப்பிடியை எங்கு பொருத்தவேண்டும்? சம நிலை தொடர்பான கோட்பாடு.

6. சால்வி ராட்டையின் இரண்டு பட்டைகளை இணையாக வைப்பதன் சாதகங்கள்.

7. ஏர்வாடா ராட்டையில் நூலின் தன்மைக்கு ஏற்ப சக்கரத்தின் எந்தப் பகுதியில் கைப்பிடியைப் பொருத்தவேண்டும்?

8. மரமும் மரமும் உரசுவது, மரமும் இரும்பும் உரசுவது இவற்றின் உராய்வு விசை தொடர்பான வேறுபாடு, விளைவுகள் என்னென்ன?

9. ஸ்பிண்டிலில் கப்பியை எங்கு பொருத்தவேண்டும்?

10. இரும்பு அச்சு, மர அச்சு பயன்படுத்தும்போதான உராய்வு விசையின் அடிப்படையில் சக்கர அச்சில் பித்தளை, இரும்பு குண்டு, மர பியரிங் இவற்றின் பல்வேறு பயன்பாடுகள், விளைவுகள்.

ஐந்தாண்டுகளில் ஒரு மாணவர் மூலமான வருமானம்

ரூபாய்	மதிப்பில்
முதல் ஆண்டு	*3-9-0*
2-ம் ஆண்டு	*9-5-3*
3-ம் ஆண்டு	*11-9-9*
4-ம் ஆண்டு	*15-11-3*
5-ம் ஆண்டு	*15-9-9*
மொத்த வருமானம் :	*55-13-0*

25% இழப்பைக் கழித்துக் கொண்டால் ஐந்தாண்டு முடிவில் நிகர வருமானம் ரூ 41-13-9 ஆக இருக்கும்.

வகுப்புகள் ஆறு–ஏழு

1. நெசவுத்தொழில் மிகவும் விரிவானது. இரண்டு வருடங்களுக்குள் மாணவர்களுக்கு இது தொடர்பாக முழுப் பயிற்சி கொடுத்துவிட முடியாது. இரண்டு மாற்று கைத்தொழில்கள் பரிந்துரைக்கப்பட்டிருக்கின்றன. மாணவர்கள் இரண்டில்

ஒன்றைத் தேர்ந்தெடுக்கும் வகையில் இரண்டு வாய்ப்புகளையும் பள்ளிகள் கொடுக்கவேண்டும். எப்படியும் இரண்டு வருடப் பயிற்சி என்பது அறிமுக நிலைப் பயிற்சி மட்டுமே. எனவே குறிப்பிட்ட கைத்தொழிலில் ஒரு மாணவர் முழு பயிற்சி பெற விரும்பினால் இந்தக் காலகட்டம் முடிந்த பின்னர் பயிற்சியைத் தொடர்ந்து மேற்கோள்ளவேண்டும்.

2. இந்த வகுப்புக்கு வரும் மாணவருக்கு 13-14 வயதுதான் ஆகியிருக்கும். எனவே இங்கு பரிந்துரைக்கப்படும் பாடம் அடிப்படை அறிவு சம்பந்தப்பட்டது மட்டுமே.

3. ஐந்து வருட முடிவில் மாணவருக்கு நூற்பு நன்கு தெரிந்திருக்கவேண்டும். எனவே அது இந்த வகுப்புக்கான கால அட்டவணையில் குறிப்பிடப்படவில்லை. எனினும் மாணவர்கள் வீட்டில் தொடர்ந்து நூற்று, பயிற்சியைத் தொடரவேண்டும். அவர்கள் வீட்டில் உற்பத்தி செய்யும் நூலுக்கு பணமாகவோ துணியாகவோ கிடைக்க பள்ளி தேவையான நடவடிக்கையை எடுக்கவேண்டும்.

முதல் வருடம்

1. நெசவை அடிப்படைக் கைத் தொழிலாக்கக் கொண்டு கற்றுத்தரும் இந்த பாடத்திட்டத்தில் இரண்டு ஆறுமாதப் பருவங்களாகப் பிரிக்கப்படவில்லை. ஆனால், மாணவர்களின் நெசவுத்திறமைக்கு ஏற்ப இரண்டு பருவங்களாகப் பிரித்திருக்கிறோம்.

2. கீழே இடம்பெற்றிருப்பவை மாணவர்களுக்கு முதல் வருடத்தில் கற்றுக் கொடுக்கப்படவேண்டும்.

அ) நூல் சுருள வைத்தல்

ஆ) நூல் சுற்றுதல்

இ) நூல் பிரித்தல்

ஈ) சுற்றும் சட்டகத்தில் நூலைச் சுற்றுதல்

உ) நூலைப் பரப்பிவைத்தல், பிரித்தல், அளவிடுதல்

ஊ) இரட்டை மடிப்பு நெசவு (தறியில்)

2. வருட முடிவில் மேலே சொல்லப்பட்ட விஷயங்களுக்கான வேகம் கீழ்க்கண்ட அளவுக்கு இருக்கவேண்டும்.

சுருள வைத்தல் : ஒருமணி நேரத்துக்கு 5 கண்டுகள்

சுற்றி வைத்தல் : ஒரு மணி நேரத்துக்கு 3 கண்டுகள்

பிரித்து வைத்தல் : ஒரு மணி நேரத்துக்கு இரண்டரை பொதிகள். (ஒரு ரீடுக்கு 60 ஹோல்)

நெடுக்கு வச நூல் : ஒரு மணி நேரத்துக்கு இரண்டரை பொதிகள்

நூலைப் பரப்புதல், பிரித்தல்

அளவு பிரித்தல் மூன்று மணி நேரத்துக்குள்

நெசவு (பாபின்கள் பயன்படுத்தி) 3 மணி நேரத்துக்கு இரண்டு யார்ட்கள் (கெஜம்)

3. ஒரு வருட முடிவில் ஒரு மாணவரால் நெய்யப்படும் நூலின் மொத்த நீளம் 108 கெஜங்களாக இருக்கவேண்டும்.

4. கூலி பத்து கெஜம் கொண்ட ஒரு அலகுக்கு 0-12-6 என்ற கணக்கில் 8-7-0 ஆக இருக்கும்.

இரண்டாம் வருடம்

1. இந்த வருடத்தில் மாணவர்கள் இரட்டை மடி நெசவுப் பயிற்சியைத் தொடரவேண்டும். அதே நேரம் அலங்கார நெசவு, சாயமூட்டுதல், பூ துண்டுகள் நெய்தல் ஆகியவையும் கற்றுத் தரப்படவேண்டும்.

2. இந்த வருடத்தில் வேஷ்டி நெய்வதற்குத் தேவைப்படும் குறிப்பிட்ட வகை நூல் அளவு, நூல் எடை அளவு, கோட்பாட்டு விஷயங்கள் எல்லாம் தெரிந்திருக்கவேண்டும்.

3. நெசவு வேகம் இந்த வருட முடிவில் மூன்று மணி நேரத்துக்கு மூன்றரை கெஜம் நெய்ய முடியவேண்டும்.

4. இந்த வருடத்தில் நெய்யப்படும் துணியின் அளவு ஒவ்வொரு மாணவருக்கும் 216 கெஜம் இருக்கவேண்டும். கெஜத்துக்குக் கூலி 0-1-3 என்ற வகையில் 16-14-0 என்பதாக இருக்கும்.

இரண்டு ஆண்டு முடிவில் ஒரு மாணவருக்கு வருமானம்:

ரூபாய் மதிப்பில்

முதல் வருடம் 8-7-0

2-ம் வருடம் 16-14-0

மொத்தம் 25-5-0.

இரண்டு வருடங்களில் எதிர்பாராத நிகழ்வுகளினால் உற்பத்தியில் 25% குறையலாம் என்று வைத்துக்கொண்டால் ஒரு மணவர் மூலமான வருமானம் 18-15-9 ஆக இருக்கவேண்டும்.

நாடா மற்றும் மேஜை விரிப்பு நெசவு

முதல் வருடம்

1. இந்தப் பிரிவில் மாணவர்களுக்கு கீழ்க்கண்ட விஷயங்களைக் கற்றுத் தரவேண்டும்: நூலை முறுக்குதல், கயிறு திரித்தல், நீள வாட்டு நூல் சுற்றுதல், குறுக்கு நூல் தயாரித்தல், பட்டை நாடா, மேஜை விரிப்பு, ஆசன விரிப்பு, பல்வேறு வடிவம் கொண்ட படுக்கை விரிப்பு நெய்தல்

2. முதல் வருடத்தில் மாணவர்களுக்கு வெள்ளை மற்றும் வண்ண நாடா, கயிறு, வெள்ளை மற்றும் வண்ண ஆசன விரிப்பு நெய்யக் கற்றுத் தரவேண்டும்.

3. நாடாக்கள், விரிப்புகள் ஆகியவற்றுக்கான கூலி வெவ்வேறாக இருக்கும். சாதாரண துணி நெய்வதற்கும் மெல்லிய மென்மையான துணி நெய்வதற்கும் கூலி வேறாக இருக்கும். எனினும் இந்த ஆண்டு நெசவுக்கான கூலி சுமார் ரூ8-7-0 ஆக இருக்கவேண்டும்.

இரண்டாம் வருடம்

1. இந்த வருடத்தில் வண்ண விரிப்புகள், கம்பளம் நெய்யக் கற்றுத் தரவேண்டும். இந்த முழுவருடமும் பல்வேறு விதமான விரிப்புகள், கம்பளங்கள் செய்யக் கற்றுத் தரவேண்டும்.

2. இந்த ஆண்டு மாணவருக்கு கூலி சாதாரண நெசவுக்கு ரூ 16-14-0 ஆகும்.

நூற்பு மற்றும் நெசவு தொடர்பான கேள்விகள்

1. நெம்புகோல் கோட்பாடு – பல்வேறு விதமான நெம்பு கோல்களின் பயன்பாடு, தறிகளில் பயன்படுத்தப்படும் நெம்புகோல்களின் மூலம் விளக்கிச் சொல்லவேண்டும்.

2. ஆப்பு, திருகு சுழல், சக்கரம் ஆகியவற்றின் கோட்பாடுகள் ஜின்னிங் எந்திரத்தின் மூலம் நேரடியாக கற்றுத் தரப்பட வேண்டும்.

3. இரும்புத் தக்ளிக்கு பதிலாக மர தக்ளியில் நூற்றால் நூல் சுற்றும் வேகம் என்னவாகும். கெஜம் கவுண்டை அது எப்படிப் பாதிக்கும்?

4. தக்ளியின் வட்டு கனமாக அல்லது மெலிதாக இருந்தால் வேகம் என்ன பாதிப்புக்குள்ளாகும்?

5. சுழன்று நூலைத் திருக்கும் தண்டுக்கும் (ஸ்பிண்டிலுக்கும்) வட்டுக்கும் அளவு, விகிதம் மற்றும் நீள வகைகளில் என்ன விதமான தொடர்புகள் இருக்கின்றன?

6. தக்ளியில் வட்டு எங்கு இருக்கவேண்டும்?

7. 'யு' மற்றும் 'வி' வடிவ கப்பிகளின் சாதக பாதகங்கள்.

8. மரப் பரப்பை வளவளப்பாக்குவதால் ஏற்படும் விளைவு என்ன?

9. மெகன் ராட்டை மூலமாக சுழலின் கோட்பாடு

பொதுவான தொழில் நுட்பங்கள்

1. சுழல் எந்திரத்தின் மேல் சக்கரத்தை மைய ஊசியில் பொருத்துவதன் சாதக அம்சங்கள். கீழ் சக்கரத்தின் மீதான அழுத்தத்தை ஒரு நெம்புகோல் கொண்டு அதிகரித்தல், குறைத்தல்.

2. கிணற்றிலிருந்து நீர் இறைக்கப் பயன்படும் கப்பியும் ஒருவகை நெம்புகோல் தான்.

3. பார பிடிமான துண்டு (கேண்டிலிவர்), கிடைமட்ட, மற்றும் சாய்வு தூண்களின் வலிமையில் உள்ள வித்தியாசம்

4. கடிகாரத்தின் ஊசல்.

5. முறுக்கு விசை செய்முறைப் பயிற்சி மூலம் கற்றுத்தரப்பட வேண்டும்.

நெசவு மற்றும் நூற்பு ஆகியவற்றை அடிப்படைத்தொழில் வழிக் கல்வியாகக் கொண்ட ஏழு வகுப்புகள் கொண்ட முழு பள்ளியை நிறுவத் தேவையான இட வசதிகள்

1. ஐந்து நெசவு அறைகள் 1-5 வகுப்பு வரை – 600 சதுர அடி x 5 = 3000 ச.அடி

2. பஞ்சு சுத்தம் செய்தல் 150 மாணவர்கள் (ஒரு நேரத்தில் 20 பேர்) – 40 ச.அடி x 20 = 800 சதுர அடி

3. நெசவு – 6-7 வகுப்புகள் – 60 மாணவர் – 20 தறிகள் 1800 சதுர அடி
4. கிடங்குகள் – நெசவு 600 சதுர அடி, ஸ்லிவர் 150 சதுர அடி
5. இரண்டு வகுப்பறைகள் – 600 சதுர அடி
6. நூலகம், நிர்வாக அலுவலகம், பள்ளி ஸ்டோர் – 600 சதுர அடி
7. தாழ்வாரம் – 1150 சதுர அடி
8. சுவர்கள் – 1500 சதுர அடி

மொத்தம் 11,000 சதுர அடி

ஏழாண்டுகளில் மொத்த வருமானம்

நூற்பு	41-13-9
நெசவு	18-15-9
மொத்தம்	60-13-6

ஆசிரியரின் சம்பளம் மாதத்துக்கு ரூ 25 வீதம்

ஏழாண்டுகளில் மொத்த ஆசிரியர் சம்பளம் ரூ 2,100

ஒரு ஆசிரியருக்கு 30 மாணவர் வீதம்

ஏழாண்டுகளில் மொத்த வருமானம் ரூ 1,825

பொதுவான ஆலோசனைகள்

இந்தத் திட்டம் மிகவும் விரிவாக, நுணுக்கமாக வரையறுக்கப் பட்டுள்ளது. எனினும், இதுவே இறுதியானது என்று சொல்லிவிட முடியாது. பல மேம்படுத்தலுக்கு நிச்சயம் இடம் இருக்கத்தான் செய்கிறது. கீழ்க்காணும் முக்கியமான விஷயங்களைக் கணக்கில் கொள்ளவேண்டும்.

1. இந்தத் திட்டம் ஆசிரியர்களின் சம்பளம் என்ற மிகப் பெரிய பிரச்னையைப் பெருமளவுக்குத் தீர்த்துவிடுகிறது. மாதத்துக்கு ரூ 25 சம்பளம் என்று நிர்ணயிக்கப்பட்டுள்ளது.
2. மொத்தப் பணி நாட்களில் சுமார் 25% எதிர்பாரத காரணங் களினால் இழப்பு ஏற்பட வாய்ப்பு உண்டு என்று கணக்கிடப் பட்டுள்ளது.

3. கல்வி கற்றுத் தர உதவும் ஒரு வழிமுறையாகவே ஒரு கைத் தொழில் பயன்படுத்தப்படுகிறது என்பதால் அதை வெறும் ஒரு தொழிலாக மட்டுமே கற்றுத் தரப் போவதில்லை. எனவே பொதுவாக ஒரு தொழிலைச் செய்ய ஆகும் நேரத்தைவிடக் குறைவான வேகமே பள்ளியில் நிணயிக்கப்பட்டுள்ளது.

4. 1937-ல் அனைத்து இந்திய நூற்பாளர்கள் கழகத்தின் மஹாராஷ்டிரா கிளையானது நிர்ணயித்திருக்கும் கூலியின் அடிப்படையிலேயே இங்கும் தீர்மானிக்கப்பட்டிருக்கிறது.

5. இங்கு குறிப்பிடும் வருமானத்தைவிட மிக அதிகமான தொகை நிச்சயம் வரும். குறைய வாய்ப்பு இல்லை. ஒருவேளை அதைவிடக் குறைந்தால், ஒன்று ஆசிரியர்களின் செயல திறனின்மை அல்லது கருவிகளின் தரமின்மையே காரணமாக இருக்கும்.

6. இந்தத் திட்டத்தின் கீழ் பட்டியலிடப்படும் கருவிகள் எல்லாம் பொது கல்வியின் மீதான ஆர்வத்தைத் தூண்டும் அம்சங்களாகவே பயன்படுத்தவேண்டும்.

7. ஒரு மாணவர் குறிப்பிட்ட வகுப்பில் தேர்ச்சிபெற்றுவிட்டாரா என்பதைத் தெரிந்துகொள்ள இரண்டுமாதங்கள் நாளொன்றுக்கு எட்டு மணி நேர வீதம் 48 வேலை நாட்களில் அடைய வேண்டிய பயிற்சியை அடைந்திருக்கிறாரா என்று கணக்கிடவேண்டும். ரூ 12 (நாளொன்றுக்கு 4 அணா வீதம்) சம்பாதிக்க முடிந்தால் தேர்வில் வெற்றிபெற்றதாக அர்த்தம்.

8. பயிற்சி முடிவில் ஒவ்வொரு மாணவரும் தற்சார்பு பெற்ற நபராக, கற்றுக் கொண்ட தொழிலைச் செய்ய முடியும் படியான ஆகியிருக்கவேண்டும்.

9. முதலாண்டில் தக்ளியால் நூற்க, மாணவர்களைக் கூட்டமாக அமர வைத்துக் கற்றுத்தரலாம்.

10. தக்ளி அல்லது ராட்டையை நூற்றபடியே இசையையும் கற்றுத் தரவேண்டும். அது இசை கேட்கும் மகிழ்ச்சியைத் தருவதோடு ராட்டையை வேகமாகச் இலகுவாகச் சுற்றவும் வழிவகுக்கும்.

11. ஏழாண்டு பயிற்சியில் முதல் கால கட்டத்தைவிட இரண்டாம் காலகட்டம் (பருவம்) மிக அதிக வெற்றியைக் கொண்டுவரும் என்று எதிர்பார்க்கப்படுகிறது.

12. வீட்டுக்குக் கணிசமாக வருவாய் ஈட்டிக் கொடுத்தால் தான் வகுப்பில் குழந்தைகள் அதிக நேரம் இருந்து படிக்க முடியும்.

எனவே மாணவர்கள் வீட்டில் இருக்கும்போது நூல் நூற்று நல்ல தொகை சம்பாதிக்க முடியவேண்டும். அதற்கான வழிவகைகளை பள்ளிகள் செய்து தரவேண்டும்.

தேவையான கருவிகள்

நூற்பு

தக்ளி	*0-1-9*
வைண்டர்	*0-1-0*
தக்ளி பெட்டி	*0-2-0*
ஏர்வாடா ராட்டை	*2-8-0*
ராட்டை வைண்டர்	*0-2-0*
எண்ணெய் கலன்	*0-1-0*
கறுப்புத் துணி	*0-2-0*
பிற	*0-1-3*
மொத்தம் ரூ	*3-3-0*

ஜின்னிங்

மரப் பலகை	*0-1-0*
கம்பு	*0-4-0*
கிராம ஜின்	*1-10-0*
மீன் எலும்பு	*0-40-0*
மொத்தம்	*2-3-0*

கார்டிங்

ஏர்வாடா (சிறிய வில்)	*0-8-0*
ஸ்டிக்கர்	*0-3-0*
மரப் பலகை ஸ்லிவர்	*0-4-0*
கைப்பிடி	*0-3-0*
ஸ்லிவர் கம்பி	*0-1-0*
கட் போன்றவை	*0-7-0*
பாய்	*0-2-0*
ஆந்திரா வில்	*0-5-0*
மொத்தம்	*2-0-0*

கருவிகள்

சுத்தியல்	0-7-0
ஆப்பு	0-8-0
அரம்	1-0-0
உளி	0-9-0
சிறிய ரம்பம்	0-8-0
தகடு	1-0-0
துளையிடும் கருவி	2-12-0
கத்தி	0-4-0
கத்திரி	0-6-0
ஸ்க்ரூ டிரைவர்	0-6-0
தராசு 1/16 தோலா-2 தோலா	2-0-0
லீ சேர் – 1 சேர்	2-14-0
மொத்தம்	12-10-0
ஒட்டு மொத்தம்	20-0-0.

குறிப்பு: கருவிகள், துணைக் கருவிகள் பற்றி குத்து மதிப்பான விவரணைகள் தான் இங்கு வழங்கியிருக்கிறோம். எனவே விலையில் மாற்றம் இருக்க வாய்ப்பு உண்டு.

★

துணி நெசவு

நாடா – பட்டி நெசவு

முறுக்கும் சக்கரம்	1-8-0
ஹெட்டல் சட்டகம்	0-8-0
ஸ்டிக்கர்	0-1-0
மொத்தம்	2-1-0

ஆசன பாய், கம்பள நெசவு

ஹெட்டல்ஸ் சட்டகம்	0-12-0
முள் கம்பி	0-8-0
தாங்கி, பிடிமானம், ஏந்தி	0-12-0
மொத்தம்	2-0-0

பாவு ஓடுதல்

ராட்டை	0-4-0
வைண்டர்	0-1-0
ஸ்பூல்	0-0-6
பாபின்கள்	0-12-0
பாவு சக்கரம்	1-8-0
பாவு சட்டகம்	2-0-0
வாளி	0-7-0
கயிறுகள் போன்றவை	0-7-0
மொத்தம்	5-8-0

சைஸிங்

தேக்கு மரத் தூண்கள்	3-4-0
மூங்கில் தூண்கள்	0-8-0
இரண்டு பிரஷ்கள்	5-0-0
மொத்தம்	8-12-0

நெசவு

நீண்ட கழி	3-0-0
கைத்தறி	1-8-0
அதி வேக தறி	7-0-0
ரோலர்	1-8-0
கைத்தறி ஷட்டில்	0-4-0
வேகமாக இயங்கும் ஷட்டில்	0-8-0
தாங்குகட்டை	2-8-0
லெவல் பாட்டில்	0-12-0
அளவு கோல்	0-3-0
கம்பங்கள்	1-0-0
வலுவான கயிறு	1-8-0

ஹெட்டில் சட்டகம்

ரீல்	1-0-0
உருளை- மர குச்சிகள்	0-4-0

பிற	0-12-0
மொத்தம்	2-0-0
ஒட்டு மொத்தம்	40-0-0

இது தோராயமான மதிப்பீடுதான். உள்ளூர் சூழலுக்கு ஏற்ப விலையில் மாற்றம் இருக்கும்.

★

நெசவு, பஞ்சு சுத்தம் செய்தல், நெசவு – ஏழாம் வகுப்புவரை உள்ள பள்ளிகளுக்கானது வகுப்பு 30 மாணவர்கள் வீதம்.

1.	125 மடக்கு ராட்டைகள்	2-8-0 312-8-0
2.	30 கார்டிங் செட்-ஆந்திரா வில் நீங்கலாக பிற அனைத்து கருவிகள்	1-11-0 50-10-0
3.	50 தக்ளிகள், 50 வைண்டர்	0-2-9 8-9-6
4.	5 கையால் இயக்கும் ஜின்	1-10-0 8-2-0
5.	15 மரப் பலகை, பித்தளை கம்பி	0-5-0 4-11-0
6.	மெகன் ராட்டை	5 6-0-0 30-0-0
7.	சாவ்லி ராட்டைகள்	5 1-4-0 6-4-0
8.	மரச் சாமான்கள்	25-0-0
9.	20 தறிகள் அனைத்து கருவிகளுடன்	25-0-0 500-0-0
10.	பிற	54-3-6
		1000-0-0

குறிப்பு: இது தோராயமான மதிப்பீடுதான். சந்தையின் ஏற்ற இறக்கங்கள், மாவட்ட நிலவரங்களுக்கு விலையில் மாற்றம் இருக்கும்.

தச்சு வேலை – தொழில் வழிக் கல்வி முறை

இந்தப் படிப்பு இரண்டு பெரிய வகைகளாகப் பிரிக்கப் பட்டுள்ளன.

அ) அட்டைப் பலகை தொழில்கள் மூலமான கல்வி

ஆ) மரத்தொழில் மற்றும் உலோகத்தொழில் மூலமான கல்வி

1. ஒன்பது வயதுக்குக்குக் குறைவான குழந்தைகளால் மரம், உலோகம் அல்லது மர, உலோக வேலைக்குத் தேவையான கருவிகள் போன்ற கடினமான பொருட்களைக் கையாள முடியாது. எனவே அட்டைப் பலகை சார்ந்த தொழில் களையே முதல் இரண்டு வகுப்புகளுக்கு அடிப்படைக் கைத் தொழிலாக வைத்துக் கொள்ளவேண்டும்.

2. மரத் தச்சு வேலைகளை மூன்றாம் வகுப்பில் ஆரம்பிக்க வேண்டும். மர வேலைகளுடன் தொடர்புடைய உலோக வேலைகள் எல்லாம் ஐந்தாம் வகுப்பில் அறிமுகப்படுத்தப்பட வேண்டும்.

3. ஆறு, ஏழாம் வகுப்புகளில் மாணவர்கள் ஒன்று மர வேலை அல்லது உலோக வேலையை அவர்களுடைய விருப்பத்துக்கு ஏற்பத் தேர்ந்தெடுத்துக் கொள்ளலாம்.

4. ஆறு மற்றும் ஏழாம் வகுப்புகளுக்கு மர வேலை மற்றும் உலோக வேலை என்ற இரண்டும் சேர்ந்தும்கூட விருப்பப் பாடமாக இருக்கலாம். அட்டைப் பலகை தொழில்கள் அடிப்படையிலான கல்வி ஆறு, ஏழாம் வகுப்புகளில் முதல் மூன்று மாதங்களுக்கு விருப்பப் பாடமாக இருக்கலாம்.

5. அட்டைப் பலகை, மரக்கட்டை, உலோகம் ஆகியவற்றின் அடிப்படையிலான தொழில்களைக் கொண்டு வடிவமைக்கப் படும் கல்வியானது முழுமையான பலனைத் தரவேண்டு மென்றால் கீழ்க்கண்ட விஷயங்களைச் செய்தாகவேண்டும்.

★

1. கற்றுத் தரப்படும் கல்வி, முறையான அடிப்படைகளைக் கொண்டதாக, நல்ல பயிற்சி பெற்ற ஆசிரியர்களைக் கொண்டு வழங்கப்படவேண்டும். தச்சுத் தொழிலில் திறமை மிகுந்த கைத்தொழில் கலைஞர்களுக்குக் கைத்தொழில் மூலமான கல்வியைக் கற்றுத் தரும் திறமை இருக்காது. இப்படியான கைத் தொழில்களில் மாணவர்களுக்கு முறையான பயிற்சி வழங்கவும் தெரிந்திருக்காது.

2. நன்கு வடிவமைக்கப்பட்ட பயிற்சிகள், மாதிரிகள் நல்லதொரு வழிகாட்டியாக இருக்கும். இந்த மாதிரிகள் அன்றாட வாழ்வில் பயன் தருபவையாக இருக்கவேண்டும். இவை மிகவும் எளிமையானதாகவும் அழகானதாகவும் கலை நயம் மிகுந்ததாகவும் இருக்கவேண்டும். இந்த மாதிரி பொருட்கள் எல்லாம் கிராமப்புற, தொழில் மயப் பகுதிகளுக்கு ஏற்ப மாறக்கூடியவையாக இருக்கலாம். இவற்றில் இறுக்கமான விதிகள் எதுவும் கிடையாது.

அட்டைப்பலகை கைத்தொழில் : வகுப்பு – 1

கால அவகாசம் – தினமும் இரண்டு மணி நேரம்

செய்முறைப் பயிற்சி: அட்டைப் பலகை, காகிதம் துணி போன்றவற்றை வெட்டி, ஒட்டி மாற்றியமைக்கும் தொடர் பயிற்சிகள் தரவேண்டும். ஒன்று அல்லது பல கருவிகளை, பரிந்துரைக்கும் வழிகளில் குறிப்பிட்ட விளைவுகளை ஏற்படுத்தும் வகையில் பயன்படுத்திக் கொள்ளலாம். உதாரணமாக இதில் 20 மாதிரிகளைப் (மாடல்களைப்) பயன்படுத்திக்கொள்ளலாம். இவற்றில் எட்டு மாதிரிகளை ஒவ்வொரு மாணவரும் தமது முதல் வருடப் படிப்பில் செய்து முடித்தாகவேண்டும்.

அ) வழக்கமான கரும்பலகை (பள்ளி மற்றும் வகுப்புகளின் பயன்பாட்டுக்கு)

ஆ) வகை மாதிரிகளைச் சேகரிக்க பெட்டி (இயற்கை ஆய்வுப் பாடம்)

இ) எளிய ஆல்பங்கள் – வரலாறு, இயற்கை ஆராய்ச்சி ஆகியவற்றுக்கு.

ஈ) உறிஞ்சு பலகை – எளியது, இரட்டை மடிப்பு. (பள்ளிப் பயன்பாட்டுக்கும் விற்பனைக்கும்)

உ) போர்ட்ஃபோலியோ.

ஊ) நோட் புக் பைண்டிங் செய்தல்

எ) பை

ஏ) கூடுதல் மாடல்கள்

கோட்பாடு சார்ந்த கல்வி

1) கருவிகளும் அதன் பயன்பாடுகளும்

2) எளிய அளவுகள்

அ. அங்குலம், அடி, மெட்ரிக் அளவுகள்

ஆ. எடைகள் – சேர், சட்டக், தோலா.

3. எண்ணிக்கை – கூட்டல், கழித்தல் எளிய கணக்குகள்

4. எளிய வடிவ கணித வகைகள்

அட்டைப் பலகை கைத் தொழில்: வகுப்பு – 2

கால அவகாசம் – தினமும் இரண்டரை மணி நேரம்

வரைபடம் : அறிமுகம், வரைபட ஓவியங்களின் அவசியம், இப்படியான வரைபடங்கள் உருவாக்கும் விதம்.

கீழ்க்கண்ட உபகரணங்களைப் பயன்படுத்தி : ஸ்கேல், காம்பஸ், செங்கோண முக்கோண வரை கருவி.

இணை கோடுகள், செங்குத்துக் கோடுகள், சாய்வான கோடுகள், வட்டம் – மையம், ஆரம், சுற்றளவு, சதுரம், நாற்கரம், அறுகோணம், எண் கோணம், மாணவர்களின் சொந்தமான படைப்புகளின் வரை படங்கள்.

செய்முறைப்பயிற்சி

- கைவினைக் காகிதத்தில் வண்ண வேலைப்பாடுகள்
- கீழே குறிப்பிடப்பட்டிருக்கும் மாதிரிகளில் ஏதேனும் எட்டு செய்து பார்க்கவேண்டும்.

அ) ஸ்லைடிங் பாக்ஸ் – தூரிகைகள், பென்சில்கள், பேனா ஆகியவற்றைப் போட்டுவைக்க.

ஆ) பேனா நிப்கள், பென்சில்கள், பேனா ஆகியவற்றை

போட்டு வைக்க சரிவான நாற்கர தட்டு

இ) அறு கோண தட்டு (இதே பயன்பாட்டுக்கு) காகித போர்டு

ஈ) அறுகோண பெட்டி. துணி அட்டை. (பின் குறிப்பு : கடைசி இரண்டு மாதிரிகள் பிற்காலத்தில் மாணவர்கள் பயன்படுத்திக் கொள்ளும் வகையில் கற்றுத் தரவேண்டும்.)

உ) கீல் இணைப்பு கொண்ட பெட்டிகள்

ஊ) அறுகோணப் பெட்டி கீல்களுடன்

எ) உறிஞ்சு அட்டை

ஏ) போர்ட்ஃபோலியோ – எளியது, சிக்கலானது.

ஐ) வட்ட பெட்டி

ஒ) இரண்டு மாறுபட்ட பெட்டிகள்

ஓ) தோல் அட்டை கொண்ட ஆல்பம். எளியது.

மரத் தச்சு வேலை: வகுப்பு – 3

கால அவகாசம் – மூன்றரை மணி நேரம் – பத்துநிமிட இடைவெளிகளில்

கோட்பாட்டு மற்றும் செய்முறைப் பயிற்சி இணைந்து

- கருவிகள் மற்றும் அவற்றின் பயன்கள்
- ஏழு பயிற்சிகள் – தேர்ந்தெடுக்கும் வாய்ப்பைக் குழந்தைகளுக்குத் தரவேண்டும். மாடல் வடிவமைப்பு ஆசிரியர் கொடுத்து உதவவேண்டும்.
- குழந்தைகளே வடிவமைத்த இரண்டு மாடல்கள்

பின் குறிப்பு: கிராமப்புறப் பள்ளிகளுக்குக் கீழ்க்கண்ட மாதிரிகளை பரிந்துரைக்கிறோம்.

அ) சுவர்ப் பூச்சு மட்டக் கருவியின் கைப்பிடி

ஆ) ஏணி

இ) தண்ணீர் பானைக்கான சிறிய நாற்காலி

உ) தண்ணீர் வடிகட்டும் கருவிக்கான நாற்காலி

எ) எழுத, படிக்க உதவும் சிறிய மேஜை

ஏ) (1) சிறிய திறந்த புத்தக அலமாரி (2) துணி அலமாரி (3)

பறவைக் கூண்டு (4) சுவர் அலமாரி

ஐ) வீட்டுப் பொருட்கள் வைக்கும் மூலை அலமாரி

ஒ) மரக் கட்டில்

ஓ) தேவைகளுக்கு ஏற்ற மரப்பெட்டி

4. மரம் இழைத்தல், வெட்டுதல், அறுத்தல், துளையிடுதல், கீல் கொண்டு இணைத்தல் போன்றவற்றை மாதிரி பொருட்கள் கொண்டு கற்றுத் தரவேண்டும்.

மர தச்சு வேலை: வகுப்பு – 4

கால அவகாசம் : தினமும் மூன்றரை மணி நேரம். பத்து நிமிட இடைவெளி

1. செய்முறைப் பயிற்சி

(அ) பத்து மாதிரிகள் செய்யவேண்டும்.

(ஆ) மாணவர்களின் வரைபடங்களின் அடிப்படையில் இரண்டு மாதிரிகள்

(இ) நான்கு வகையான இணைப்புகள்

2. பயிற்சிகளின் வரைபடங்கள், குறியீட்டு ஓவியங்கள்

(அ) கோடுகள் வரைவது எப்படி

(ஆ) செங்கோண, முக்கோண கருவியின் பயன்பாடு

(இ) செங்குத்துக் கோண உருவாக்கம்

(ஈ) பல்வேறு கோணங்கள் உருவாக்குதல்

(உ) காம்பஸ் பயன்பாடுகள்

(ஊ) ரப்பரின் பயன்பாடு

(எ) டி-சதுரக் கருவியின் பயன்பாடு

3. முப்பரிமாண வரைபடங்கள்

(அ) இரு தளக் கோணம்

(ஆ) மாதிகளின் ஆய்வு

(இ) புள்ளி, கோடு, கோணம், சதுரம், வட்டம் (மையம், ஆரம், விட்டம், சுற்றளவு) இவற்றின் வரையறை

கோட்பாடு வகுப்பு

மரங்களின் வளர்ச்சி

(அ) மரத்தைத் தச்சு வேலைக்கு பக்குவப்படுத்துதல், வெட்டிக் குறுக்குதல்

(ஆ) மரங்களின் பாகங்கள்

(இ) விதைகள், முளைத்தல்

(ஈ) வேர்கள், அவற்றின் பயன்கள்

(உ) வேருக்கான உணவு - திரவ வடிவில்

(ஊ) செடியில் நீரேற்றம்

(எ) இலைகள் வழியாக நீர் ஆவியாதல்

(ஏ) காற்றிலிருந்து கரியமில வாயுவை உறிஞ்சிக் கொள்ளுதல்

(ஐ) மரங்களின் வாழ் நாள்

(ஒ) மரங்களை வெட்ட உகந்த நேரம்

செய்முறைப் பயிற்சி விளக்கங்கள்
மரத்தின் குறுக்குவெட்டுத் தோற்றம்.

(அ) வருடாந்தர மர வளையங்கள்

(ஆ) மர வளையங்கள் தோன்றுவதன் காரணம்

(இ) மர வளையங்கள் அமையும் விதம்

(உ) வைரம் பாய்ந்த கட்டை

(ஊ) மரத்துண்டின் வெளிப்புறம்

(எ) மரப்பட்டை மற்றும் அதன் பயன்பாடு

(ஏ) மரப்பட்டை உருவாகும் விதம்

தச்சு வேலையின் அடிப்படைகள்

(அ) மரக்கட்டைகள்

(ஆ) அளவுகள்

(இ) மெட்ரிக் அளவு. (1) பின்னங்கள் (2) முப்பிரிவு விதி

(ஈ) எடை. இந்திய மற்றும் சர்வ தேசம் மற்றும் ஆங்கிலேய அளவுகள்

(உ) அடர்த்தி

(ஊ) புவி ஈர்ப்பு விசை

(எ) விசை, வேலை

(ஏ) வரை பட விளக்கம்

(ஐ) விசைகளின் நான்கு பக்க இயக்க வரைபடம்

(ஒ) விசைகளின் வலிமை

(ஔ) எந்திரங்கள்

(ஃ) நெம்புகோல்கள்

மரங்களின் புவியியல்: நாட்டு மரங்களின் வகைகள்

(அ) மிதமான மரம்; கடினமான மரம்.

(ஆ) நாணல்கள், மூங்கில்கள்

(இ) நம் தேசத்தில் மரங்கள் (காடுகள்) உள்ள பகுதிகள்

(ஈ) தேசத்தின் கானக/மரங்கள் மூலமான வருமானம்

(எ) ஏற்றுமதி, இறக்குமதி

பின் குறிப்பு: கோட்பாட்டு ரீதியான கல்வியை முடிந்தவரை செய்முறைப் பயிற்சி மூலமாகவே தரவேண்டும். மாதிரி வரைபடங்கள் வரைந்த பின்னரே கோட்பாட்டு விஷயங்களைச் சுட்டிக்காட்டிச் சொல்லித் தரவேண்டும்.

மர தச்சு வேலை: வகுப்பு – 5

நேரம் : தினமும் மூன்றரை மணி நேரம். பத்து நிமிட இடைவேளை

செய்முறைப்பயிற்சி

- *பத்து மாதிரிகள் அல்லது பயிற்சிகள்.*
- *மாணவர்களின் விருப்பத்துக்கு ஏற்ப இரண்டு மாடல்கள்*
- *வண்ணம் பூசுதல். பாலிஷ் செய்தல்*
- *பாலிஷ் தயாரித்தல்*

கோட்பாட்டு வகுப்பு

மரங்களின் கட்டமைப்பு

(அ) கார்பன்

(ஆ) ஆக்ஸிஜன்

(இ) நைட்ரஜன்

(ஈ) ஹைட்ரஜன்

(உ) கந்தகம்

(ஊ) ப்ரோட்டோ ப்ளாசம்

(எ) கரி

தச்சு வேலையில் பயன்படுத்தப்படும் உலோகங்கள்

1. இரும்புப் படுகை, உருக்குதல். வார்ப்பிரும்பின் குணம் (பரிசோதனை, பரீட்சை). தேனிரும்பு. வார்ப்பிரும்பை தேனிரும்பு ஆகும் வழிமுறை.
2. எஃகு. பரிசோதனைகள். இரும்பை எஃகு ஆக்குதல். எஃகின் குணங்கள். இரும்பை வலுவேற்றுதல், நீட்டுதல்
3. பித்தளை – துத்தநாகம் ஒரு பங்கு செம்பு, இரண்டு பங்கு கொண்ட உலோகக் கலவை.
4. செம்பு – படுகை. அகழ்ந்தெடுக்கும் முறை.
5. துத்தநாகம் – படுகை. அகழ்ந்தெடுத்தல்.

மர தச்சு வேலை: வகுப்பு – 6

நேரம் : தினமும் மூன்றரை மணி நேரம். பத்து நிமிட இடைவேளை

இந்த ஆண்டில் மாணவர்கள் ஆக்கபூர்வமாகச் செயலாற்ற வேண்டும். மரம், உலோகம் என இரண்டில் ஏதேனும் ஒன்றை அடிப்படைக் கைத்தொழிலாகத் தேர்ந்தெடுத்துக் கொள்ளலாம்.

தச்சு வேலை

மரச் சாமான்கள் செய்தல். சந்தையில் விற்க முடிந்த பயனுள்ள பொருட்கள்.

கோட்பாடு

1. கருவிகளின் பாகங்கள், அவை எப்படிச் செய்யப்படுகின்றன எனது பற்றிய பாடம்.
2. மரத்தடியைப் பதப்படுத்துதல்

(அ) சாறு உள்ள மரம்

(ஆ) மரத்தை வெட்டியபின் பதப்படுத்துதல்

(இ) ஆவியாக்கம், சுருக்குதல்

(ஈ) பதப்படுத்தப்படுவதன் தேவை

(உ) பல்வேறு பதப்படுத்தும் வகைகள்

(1) இயற்கையான பதப்படுத்தல்

(2) செயற்கையான பதப்படுத்தல். வெந்நீர், நீரோடை, புகை போடுதல்

3. தச்சுப் பொருட்களின் விலை நிர்ணயம் தொடர்பான அடிப்படை அறிவு

மர தச்சு வேலை: வகுப்பு – 7

நேரம் : மூன்றரை மணி நேரம். இடைவேளை பத்து நிமிடங்கள்

செய்முறைப் பயிற்சி

1. சந்தையில் விற்க முடிந்த பயனுள்ள மரப் பொருட்களின் உற்பத்தி மற்றும் உள்ளூர் தேவைகளுக்கு ஏற்ற பொருட்களை உற்பத்தி செய்து கொடுத்தல். மாதத்துக்கு ஒவ்வொரு மாணவரும் ஐந்து ரூபாய் சம்பாதிக்கும் அளவுக்கு பயிற்சி தரவேண்டும்.
2. உயர் மெருகூட்டல்
3. கடைதல்
4. அலங்கார வேலைப்பாடு
5. கணக்குப் புத்தகம் பராமரித்தல். விலை நிர்ணய வழிமுறை

கோட்பாட்டு வகுப்பு

மரங்களின் பொதுவான பயன்பாடுகள்.

திட்டமிட்டிருக்கும் மாதிரி அல்லது பயிற்சிகள்.

வகுப்பு – அ

1. சுவர் அலமாரி
2. விசிறி. (அ) எளியது. (அ) நிஜ பயன்பாடுக்குக்கு

3. பேனா, பென்சில், தூரிகைக்கான இழுப்பு பெட்டி
4. பல்வேறு கருவிகள்
5. எழுத்து மேஜை
6. பானை நிறுத்த மேடை
7. கொடிக்கம்பம்
8. புத்தக அலமாரி
9. பலவகைப்பட்ட அலமரிகள்
10. மரச் சுத்தியல்
11. மர தாம்பாளங்கள் – பலதரப்பட்டவை.
12. (அ) மேஜை (ஆ) கோடரி கைப்பிடி (இ) கத்தி கைப்பிடி
13. கட்டில்
14. மூலை அலமாரி
15. சிறிய அலமாரிகள் கதவுகளுடன்

மாணவர்கள் பல்வேறு மர சாமான்களைக் கூடுதலாக வடிவமைக்கலாம்.

வகுப்பு – ஆ

1. பலதரப்பட்ட கரண்டிகள்
2. மர தட்டுகள்
3. (அ) அரம் கைப்பிடி (ஆ) விளக்கு மாட்டும் தூண்
4. மெழுகுவர்த்தி ஸ்டாண்ட்கள்
5. பலவகைப்பட்ட ஸ்டாண்ட்கள்
6. எளிய எழுது மேஜை
7. மடக்கும், எளிதில் எடுத்துச் செல்லும் மேஜை
8. பல தரப்பட்ட பெட்டிகள், பல தரப்பட்ட இணைப்புகள்

மாணவர்கள் பல்வேறு மர சாமான்களை கூடுதலாக வடிவமைக்கலாம்.

வகுப்பு – இ

1. சிறிய படகு
2. நாற்காலி

3. மேஜைகள்

4. கடிகார சட்டகம்

5. ஏணி

மாணவர்கள் பல்வேறு மர சாமான்களை கூடுதலாக வடிவமைக்கலாம். மேலே குறிப்பிடப்பட்டிருப்பவை எல்லாம் உத்தேச பரிந்துரைகள்தான். உள்ளூர் சூழல் மற்றும் தேவைகளுக்கு ஏற்ப வேண்டியவற்றை வடிவமைத்துக் கொள்ளலாம்.

ஆறாம் ஏழாம் வகுப்புகளுக்கு உலோக கைத்தொழில்கள்

லகு உலோக கைத் தொழில் தொடர்பாக இங்கு விவரிக்கப்படும் வழிமுறைகளே இரும்பு, செம்பு, பித்தளை, துத்த்நாகம் அல்லது பிற உலோகக் கலவைகளுக்கும் பயன்படுத்திக் கொள்ளலாம். விவரிக்கப்பட்டிருக்கும் விதங்கள் ஒன்று அல்லது பல கருவிகள், பொருட்களை உருவாக்கிக் கொள்ளலாம்.

மாதிரி பொருட்களின் பட்டியல்

1. எளிய கதவு பூட்டு
2. சங்கிலி பூட்டு
3. கீல்
4. ரச மட்டக் கருவி
5. இரும்பு ஸ்டாண்ட்கள்
6. காகிதம் துளையிடும் கருவிகள்
7. கேலிஃபர்
8. உருக்கி ஒட்டும் கருவி
9. திருகு மரைக் கருவி- ஸ்க்ரூ டிரைவர்கள்
10. காம்பஸ்
11. உளி
12. பண்ணைக் கத்தி
13. மெழுகுவர்த்தி ஸ்டேண்ட்
14. புத்தக ஸ்டேண்ட்

15. சுவர் மெழுகுவர்த்தி ஸ்டேண்ட்
16. பாத்திரங்களை அடுக்கி வைக்கும் ஸ்டேண்ட்கள்
17. கனி பறிக்கும் கருவி
18. பல தரப்பட்ட தட்டுகள் பல அளவுகளில்
19. பெட்டிகள்
20. பண்ணை அலமாரி
21. சூரிய கடிகாரம்

மேலே சொல்லப்பட்டிருப்பவற்றில் குறைந்தது 15 பொருட்கள் மற்றும் மாணவர்களின் விருப்பத்துக்கேற்ப இரண்டு பொருட்கள் செய்து பழகவேண்டும். அவை பயனுள்ள பொருட்களாக இருக்க வேண்டும்.

கோட்பாடு மற்றும் செய்முறைப் பயிற்சி

(அ) ஆக்ஸிடைசிங் – ஆக்ஸிஜனேற்றம்

(ஆ) நிரப்புதல்

(இ) வலிமையூட்டுதல் மற்றும் வளைத்தல்

(ஈ) ஈயம் பூசுதல்

(உ) சுத்தம் செய்தல் மெருகேறுதல்

ஏழாம் வகுப்பு மாணவர்களுக்கு தச்சு வேலை
தொடர்பாக விருப்பப் பாடமாக இவையும் இருக்கலாம்.

அட்டைப் பலகைத் தச்சு வேலையை முதல் இரண்டு வருடங்களுக்கு அடிப்படைக் கைத் தொழிலாகத் தேர்ந்தெடுத்தவர்கள், மீண்டும் அதைச் செய்து பார்க்க வழிசெய்யவேண்டும். மரக்கட்டை மற்றும் உலோகங்களில் அவர்களுக்குக் கிடைத்த உயர் தொழில் நுணுக்கங்களை இதில் பயன்படுத்தவும் பயிற்சி தரவேண்டும். நூற்பு, நெசவு ஆகியவற்றை அடிப்படைக் கல்வியாக எடுத்துக் கொண்டவர்களுக்கும் அட்டைப் பலகை தச்சு வேலையை கற்றுக் கொள்ளும் வாய்ப்பும் பயிற்சியும் தரலாம்.

அட்டை பலகை தச்சு வேலை: மூன்று மாதப் பயிற்சி

செய்முறை

பள்ளி, அலுவலகம், வீடு ஆகியவற்றில் பயன்படக்கூடிய பொருட்களின் உற்பத்தி தொடர்பான பல செய்முறைப் பயிற்சிகள்...

1. கரும்பலகை
2. பென்சில் டிரே
3. பென்சில் பாக்ஸ்
4. அறு கோணத் தட்டு
5. உறிஞ்சும் காகிதம், எழுது அட்டை
6. உறிஞ்சும் காகித அட்டை, காகித அடுக்குடன்
7. கடிதங்கள் வைக்கும் பெட்டி
8. அட்டைப் பலகை பெட்டி (நிற்கும் நிலை)
9. பைல் தொகுப்பு
10. பல்வேறுவிதமான பெட்டிகள்
11. நோட் புக் பைண்டிங்
12. ஆல்பம்

கோட்பாட்டு வகுப்பு

1. கருவிகளுக்கான அறிமுகம் – பயன் மற்றும் கையாளும் விதம்.
2. வரைபடக் கருவிகளுக்கான அறிமுகம் – பயன் மற்றும் கையாளும் விதம்.
3. வரைபடக் கருவிகளின் உபயோகம்

   இணை கோடுகள், செங்குத்துக் கோடு, சாய்ந்த கோடு

   காம்பஸ் பொருத்தும் விதம்.

   திட்டங்கள், பிரிவுகள்,

   வட்டம் : மையம், ஆரம், சுற்றளவு

   சதுரம், நாற்கரம், அறுகரம், எண்கோணம்
4. ஒருவர் செய்த பொருளின் வரைபடம்.

செய்முறைப் பயிற்சி

1. ஒவ்வொரு மாணவரும் 15 மாதிரிப் பொருட்கள் செய்யவேண்டும்.
2. மாதிரிகள் மூலம் எட்டு இணைப்பு முறைகள்

3. பாலிஷ் செய்தல்

4. வண்ணம் சேர்த்தல்

கோட்பாடு மற்றும் செய்முறை விளக்கம்

1. பருப்பொருள்
2. அளவுகள்
3. மெட்ரிக் சிஸ்டம் : பின்னங்கள், மூன்று விதி,
4. எடை – இந்திய முறை, சர்வ தேசம், இங்கிலாந்து
5. அடர்த்தி
6. நீர் ஒப்படர்த்தி
7. ஆற்றல், வேலை
8. வரைபடங்கள் உருவாக்குதல்
9. விசைகளின் தொகுப்பு
10. விசைகளின் வலிமை
11. எந்திரக் கருவிகள்
12. நெம்புகோல்

அட்டைப்பலகை தச்சு வேலை – வகுப்பு ஏழு

ஒரு வகுப்பில் 30மாணவர்கள் இருக்கலாம்.

	ரூபாய்-அணா
ஒரு தச்சு வேலைக்கான மேஜை	40-0
இரண்டு அலமாரிகள்	50-0
30 கத்திகள்	15-0
இரண்டு பெஞ்சுகள்	15-0
30 அளவுகோல்கள்	15-0
4 இரும்பு சதுரங்கள்	5-0
30 பணிப் பலகைகள்	45-0
30 காகிதம் வெட்டும் மூங்கில் கத்திகள்	7-8
10 கத்திரிக்கோல்கள்	4-12

காகிதம், அட்டைப்பலகை, துணி, தோல் முதலியவை	60-0

அட்டைப்பலகை வகுப்பில் 15 தொடக்க நிலை பயிற்சி மாணவர்களுக்குத் தேவையான கருவிகள்

	ரூபாய்-அண
ஒரு அலமாரி	25-0
15 கத்திகள்	10-0
2 பெஞ்சுகள்	12-0
1 தச்சுப் பணி டேபிள்	12-0
15 ஸ்கேல்கள்	7-0
2 இரும்பு சதுரங்கள்	2-8
15 தச்சு வேலை போர்டுகள்	22-8
ஏழு கத்திரிகோல்கள்	2-0
17 காகிதம் வெட்டும் கத்திகள்	5-0
காகிதம், அட்டைப் பலகை, துணி, தோல் முதலியவை	38-0-0
மொத்தம்	**136-8-0**

ஆறாம் வகுப்பு மற்றும் ஏழாம் வகுப்பு – பதினைந்து மாணவர்களுக்கான கருவிகள்

	ரூபாய்-அணா
15 தனிஅல்லது 8 இரட்டை பெஞ்சுகள், சட்டமிடப்பட்ட மேல்பாகம், கருவிகள் வைப்பதற்கான அலமாரி	250-0
15 பலதரப்பட்ட ரம்பங்கள்	45-0
30 தகடுகள்	98-0
15 ஸ்கேல்கள்	15-0
15 டிரே சதுரங்கள்	20-0
15 கத்திகள்	15-0
5 ஸ்க்ரூ டிரைவர்கள்	5-0
1 அரவைக் கல்	6-0

2 துளையிடும் கருவி	*6-0*
15 சுத்தியல்கள்	*15-0*
ஒரு செட் பிட்கள்	*18-0*
15 அளவிகள்	*15-0*
5 காம்பஸ்கள்	*2-8*
40 உளிகள்	*28-0*
ஒரு இடுக்கி	*2-8*
15 இரும்பு துடைப்பான்	*15-0*
10 துளையிடும் கருவி	*8-0*
பிற பொருட்கள்	*50-0*
ஆணிகள், ஸ்க்ரூக்கள், மரக்கட்டை	*300-0*
மொத்தம்	***914-0***

ஆறாம் வகுப்பு மற்றும் ஏழாம் வகுப்பு – பதினைந்து மாணவர்களுக்கான கருவிகள் – உலோக கைத்தொழில்

3 பட்டறைக் கற்கள்

15 பிடிகருவி

15 சுத்தியல்கள்

1 துருத்தி

20 அரங்கள் – பல்வேறுவிதமானவை

1 துளையிடும் கருவி

1 வெட்டி

பிற 500

தாமிரம், இரும்பு, பித்தளை தகடுகள் 100

குறிப்பு: மேலே குறிப்பிடப்பட்டிருக்கும் விலை உத்தேசமானவையே. இடத்துக்குத் தகுந்தாற்போல் மாறும்.

வகுப்பறைகள்

30 மாணவர்களுக்கான அட்டைப்பலகை பணிமனை

மூடிய அறை 45 அடிக்கு 25 அடி

மர வேலைப் பகுதி: பெஞ்சுகள் அமைக்கும் விதத்துக்கு ஏற்ப அறையின் வடிவம் மாறும். 60க்கு 24 அடி கொண்ட அறை 30

மாணவர்களுக்குத் தேவைப்படும். 15 மாணவர்களுக்கு 45க்கு 25 அடி கொண்ட அறை தேவைப்படும்.

பணிமனைக்கு அருகில் ஸ்டோர் ரூம் இருக்கவேண்டும்.

15 மாணவர்களுக்குத் தேவைப்படும் உலோகப் பட்டறை அறை: 45க்கு 25 அடி. மூடிய அறை.

குறிப்பு : அட்டைப்பலகை பணிகளுக்கான அறை; வரைபட உருவாக்கத்துக்கும் பயன்படும். பள்ளியின் அருங்காட்சியகமாகவும் பயன்படுத்திக் கொள்ளலாம்.

தாய் மொழியும் ஹிந்துஸ்தானியும்

மொழிப் பாடம் : முதல் வகுப்பு

1. வாய்மொழி சுய வெளிப்பாடு

பெயர்கள், உடல் உறுப்புகள், ஆடைகள், வகுப்பு, கருவிகள், கைத்தொழில் செயல்முறைகள், இயற்கை நிகழ்வுகள், அன்றாட வாழ்க்கை நிகழ்வுகள் இவற்றை மையமாகக்கொண்ட உரையாடல்கள்

2. கதைகள்

   (அ) புராணங்கள், காவியங்கள்

   (ஆ) நாட்டுப்புறக்கதைகள்

   (இ) இயற்கை விந்தைகள்

   (ஈ) நீதிக்கதைகள், விலங்குகளின் வாழ்க்கை கதைகள்

   (உ) பல்வேறு மாநிலங்கள், பிராந்தியங்கள் பற்றிய கதைகள்

   (ஊ) ஆதிமனிதர்கள் பற்றிய கதைகள், பழங்கால மனித வாழ்க்கை

   (எ) பள்ளி வாழ்க்கை, குடும்ப வாழ்க்கை

   குறிப்பு : கடைசி இரண்டும் சமூகவியல் வகுப்பு பாடங்களிலும் இடம்பெறும்.

3. எளிய கவிதைகள்/பாடல்கள் வாசிப்பு

4. நாடகம்

5. எளிய வார்த்தைகள், வாக்கியங்கள் வாசித்தல்

தாய் மொழியில் இருக்கும் படைப்புகளெல்லாம் வாய் மொழியாக முதல் ஆறுமாதங்களுக்குக் கற்றுத்தரவேண்டும்.

மொழிப் பாடம் : இரண்டாம் வகுப்பு

- வாய்மொழி சுய வெளிப்பாடு

  (அ) மாணவரின் வார்த்தை வளத்தை அதிகரித்தல் – கைத்தொழில், கணிதம், இயற்கை வகுப்பு, சமூகவியல் வகுப்புகளில் கற்றுக்கொண்ட புதிய வார்த்தைகள், வாக்கியங்கள்.

  (ஆ) சுய விவரணை : குழந்தைகளின் சுற்றுச் சூழலில் இருக்கும் பொருட்கள், மக்கள், நிகழ்வுகள்; பல்வேறு கிராமக் கைத் தொழில்கள், வேலைகள், விழாக்கள், கண்காட்சிகள் பற்றி விவரித்தல்

- பாடல் பாடுதல், நாடகமாக்கம்
- கதைகள் – முதல் வகுப்பில் படித்தவற்றின் தொடர்ச்சி
- வாசித்தல் – கீழ்க்கண்ட பாடங்கள் இருக்கும் புத்தகங்கள்

  (அ) இயற்கை

  (ஆ) குழந்தைகளின் சுற்றுச் சூழல், வீடு, பள்ளி, கிராமம்

  (இ) சுகாதாரம், சுத்தம்

  (ஈ) சமூக நலன் சார்ந்த உள்ளூர் அமைப்புகள்

  (எ) கைத்தொழில்கள்

  (ஏ) விழாக்கள்

  (ஐ) கதைகள்

  (ஒ) பிற பிராந்தியங்களில் வாழும் சிறுவர்களின் வாழ்க்கை

- எழுத்து – எளிய வார்த்தைகள், வாக்கியங்கள்

மொழிப் பாடம் : மூன்றாம் வகுப்பு

- வாய்மொழி சுய வெளிப்பாடு – இரண்டாம் வகுப்பில் படித்தவற்றின் விரிவான தொடர்ச்சி, சிறிய கதைகள் சொல்லுதல்
- வாசிப்பு – இரண்டாம் வகுப்புக்கென்று கோடிகாட்டப் பட்டிருக்கும் விஷயங்கள் தொடர்பான எளிய புத்தகங்கள், மனித குலத்துக்கு மிகப் பெரிய பங்காற்றியிருக்கும் நபர்களின் நிஜ வாழ்க்கைக் கதைகள். உதா: புத்தர், இயேசு, முஹம்மது

(அ) உரக்க வாசித்தல், தெளிவான உச்சரிப்பு மற்றும் வெளிப்பாட்டுக்கு அதிக முக்கியத்துவம்

(ஆ) எளிய பத்திகளின் மௌன வாசிப்பு

- எழுதுதல்

(அ) ஆசிரியர் வாசிக்க குழந்தைகள் சிறிய வாக்கியங்கள் எழுதுதல்

(ஆ) சாதாரண கடிதங்கள், விவரணைகள், கதைகள்

(இ) அன்றாட தட்பவெப்ப நிலை குறித்த பதிவுகள்

- கவிதை/ நாடகம்

மொழிப் பாடம் : நான்காம் வகுப்பு

1. வாய்மொழி சுய வெளிப்பாடு

முதல் மூன்று வகுப்புகளில் படித்தவற்றின் தொடர்ச்சி

(அ) கைத்தொழில்,சமூக வகுப்பு, பொது விஞ்ஞானம் ஆகிய விஷயங்கள் பற்றி சிறிய மேடைப்பேச்சு

(ஆ) விருப்பமுள்ள விஷயங்களில் கலந்துரையாடல்

குறிப்பு: மேலே சொல்லப்பட்டிருக்கும் இரண்டு விஷயங்கள் தொடர்பாக நான்கு, ஐந்து வகுப்பு மாணவர்களுக்கு கலந்துரையாடல் குழு ஒன்றை உருவாக்கித் தரவேண்டும்.

2. வாசிப்பு

மூன்றாம் வகுப்பில் இடம்பெற்ற பாடங்களின் அடுத்தகட்ட விஷயங்கள் அடங்கிய புத்தகங்கள்

(அ) கிராமப்புற கைத்தொழில்கள், கைவினைக் கலைஞர்கள் பற்றிய கதைகள்/செய்திகள். பல்வேறு பிராந்தியங்களில் இருக்கும்/பல்வேறு காலகட்டங்களில் இருந்த முக்கியமான கலைகள், கைத்தொழில்கள் – உதா: கட்டடக்கலை, ஆடைவடிவமைப்பு, மண் பாண்டப் பொருட்கள் முதலியவை.

(ஆ) மிகப் பெரிய கண்டுபிடிப்புகள், கண்டுபிடிப்பாளர்கள் பற்றிய வரலாறு

(இ) மாபெரும் புதிய கண்டுபிடிப்புகள், புதிய கண்டுபிடிப்பாளர்கள் பற்றிய வரலாறு

(ஈ) சில குறிப்பிட்ட பகுதிகளில் வாழும் மக்களின் வாழ்க்கை முறைகள்

(உ) ஜெராஷ்டிரர், சாக்ரடீஸ், ஹுசேன், லிங்கன், லூயி பாஸ்டர், டேவி, ஃப்ராங்ளின், ஃப்ளாரன்ஸ் நைட்டிங்கேல், டால்ஸ்டாய், புக்கர் வாஷிங்டன், சன் யாட் சன், காந்தி போன்ற மனிதகுலத்துக்கு பெரும் பங்காற்றியிருக்கும் நபர்களின் வாழ்க்கை (நான்கு, ஐந்தாம் வகுப்புகளில் இடம்பெறவேண்டியவை)

குறிப்பு : சமூகவியல்பாடத்துக்கு நெருக்கமானவையாக இந்தப் பாடங்கள் இருக்கவேண்டும்.

3. எழுத்து

(அ) படைப்பூக்கமான எழுத்து- கதைகள், சுயமாக எழுதுதல்

(ஆ) ஆசிரியர் வாசிப்பதை எழுதுதல்

(இ) சாதாரண, வர்த்தக கடிதங்கள் எழுதுதல்

(ஈ) அடிப்படைக் கைத்தொழில் மற்றும் பிற சுவாரசியமான அனுபவங்கள் பற்றி; தன்னைப்பற்றிய மற்றும் வகுப்பினரின் முன்னேற்றம் தொடர்பான ஆவணப்பதிவு – அன்றாடம் மற்றும் மாதாந்திரம்.

(உ) நான்காம் ஐந்தாம் வகுப்பு மாணவர்களுடைய சிறிய பத்திரிகை, செய்திகள் தயாரித்தல்.

குறிப்பு: மாணவர்களின் இதழ்களில் கீழ்க்கண்ட விஷயங்கள் இடம்பெறவேண்டும்

(அ) அடிப்படைக் கைத் தொழிலில் அடைந்து வரும் மாதாந்தர முன்னேற்றம்.

(ஆ)அன்றாட மற்றும் மாதாந்தர பருவ நிலைபற்றிய குறிப்புகள்

(இ) வகுப்பில் இருப்பவர்கள், குடும்பத்தினர், கிராமத்தினரின் ஆரோக்கியம் பற்றிய குறிப்புகள்

(ஈ) பூகோள மற்றும் சமூக ஆய்வுகள் பற்றிய குறிப்புகள்

(உ) சம கால நிகழ்வுகள்.

மொழிப் பாடம் : ஐந்தாம் வகுப்பு

நான்காம் வகுப்புக்குப் பரிந்துரைக்கப்பட்ட எழுத்து, வாய் மொழி, மற்றும் வாசிப்பு தொடர்பான பாடத் திட்டம் தொடர்ந்து விரிவுபடுத்தப்படவேண்டும். கூடுதலாகப் புதிய விஷயங்கள் சில அறிமுகப்படுத்தப்படவேண்டும்.

1. தாய் மொழியின் கட்டமைப்பு, இலக்கணம், வார்த்தைகள், வாக்கியங்கள் பற்றிய எளிய, பயிற்சிகள்

2. அகராதியைப் பயன்படுத்தும் முறை, உள்ளடக்கம், அட்டவணை முதலியவை.

3. ஹிந்துஸ்தானி மொழியின் அடிப்படை அறிமுகம், குழந்தையின் தாய் மொழியுடனான அதன் தொடர்பு. குழந்தைக்குத் தெரியாத உருது அல்லது ஹிந்தி எழுத்துகள் (ஹிந்துஸ்தானி பேசப்படும் பிரதேசங்களில்), அல்லது இந்த இரண்டில் குழந்தை விரும்பும் ஏதேனும் ஒன்று (பிற பிரதேசங்களில்) கற்றுத் தரப்படவேண்டும். ஹிந்துஸ்தானி மொழியில் எளிய உரையாடல் பயிற்சி.

மொழிப் பாடம் : ஆறாம் வகுப்பு

1. ஆசிரியரின் வழிகாட்டுதலின் பேரில், நான்காம் வகுப்புக்குப் பரிந்துரைக்கப்பட்ட விஷயங்கள் தொடர்பான எளிய புத்தகங்கள், துண்டு பிரசுரங்கள் சார்ந்த பொதுவான வாசிப்பு; அவற்றோடு சேர்ந்து கீழ்கண்டவையும் கற்றுத் தரப்பட வேண்டும்.

   (அ) சமீபத்திய சாகசப் பயணங்கள். உதா :எவரெஸ்ட் ஏற்றம், வட துருவப் பயணம்.

   (ஆ) சமூக சேவைகள், சமூக சுகாதாரம், பிற நாடுகள் தொடர்பான உதாரணங்கள்.

   (இ) நம் தேசத்திலும் பிற நாடுகளிலும் பின்பற்றப்படும் விவசாயம் இந்திய விவசாயியின் வாழ்க்கை மற்றும் பிற நாட்டு விவசாயிகளின் வாழ்க்கை.

2. இலக்கியம்

(அ) தாய் மொழியில் இருக்கும் இலக்கியங்களின் பிரதிநிதித்துவ தொகுப்பு.

(ஆ) பல்வேறு இந்திய மொழிகளில் உள்ள இலக்கியங்கள்; (குழந்தையின் தாய் மொழிக்கு மொழிபெயர்க்கப்பட்டவை)

(இ) மாணவரின் தாய்மொழி சார்ந்த அடுத்தகட்டப் படிப்புகள்

எழுத்துகள் உருவாக்கம்

வாக்கிய அமைப்பு

இலக்கண அமைப்பு

4. சுய வெளிப்பாடு – வாய்மொழியாக, எழுத்துபூர்வமாக

நான்காம் வகுப்பு ஐந்தாம் வகுப்புகளில் இடம்பெற்றிருக்கும் பாடத் திட்டத்தோடு சேர்ந்து கீழ்க்கண்டவையும் இடம்பெற வேண்டும்.

(அ) அன்றாட செய்தி- அறிக்கை

(ஆ) ஆறாம் ஏழாம் வகுப்பு மாணவர்களுக்கான பத்திரிகைகளின் ஆசிரியப் பயிற்சி.

(இ) அறிவிப்புகள், நோட்டீஸ்கள், விளம்பரங்கள் தயாரித்தல்

(ஈ) வணிகப் பத்திரங்களை நிரப்புதல்.

(உ) விழா அழைப்பிதழ், அஞ்சலி, மன்னிப்பு கடிதம் போன்றவை எழுதுதல்

(ஊ) மேடைப் பேச்சு அல்லது ஏதேனும் ஒரு விஷயம் தொடர்பான உரையாடலில் பங்கு பெறுதல்

5. ஹிந்துஸ்தானி மொழியின் அடுத்தகட்ட படிப்பு. எழுதுதல், எளிய உரையாடல் பயிற்சி

மொழிப் பாடம் : ஏழாம் வகுப்பு

1. ஆறாம் வகுப்பில் பரிந்துரைக்கப்பட்டிருக்கும் பாடங்களின் பொதுவான வாசிப்பு.

2. இலக்கிய வாசிப்பு

(அ) மாணவர்களின் தாய் மொழியில் மிகச் சிறந்த எழுத்தாளர்களின் படைப்புகள், கால வரிசைப்படியான தேர்வு, தாய் மொழி இலக்கியத்தின் வரலாறு

(ஆ) இந்திய மொழிகளின் ஆகச் சிறந்த இலக்கியப் படைப்புகள், மாணவர்களின் தாய்மொழிக்கு மொழி பெயர்க்கப்பட்டவை.

(இ) உலக இலக்கியத்தின் மாபெரும் படைப்புகள், மாணவர்களின் தாய் மொழியில் மொழிபெயர்க்கப்பட்டவை.

குறிப்பு: இந்தப் பாடப் புத்தகங்களில் கீழ்கண்டவையும் இடம்பெறலாம்:

(அ) தீவிர இலக்கியங்களில் இருந்து சில பத்திகளைக் கூடுதல் புரிதலுக்கும் வாசிப்புக்கும் தரலாம்.

(ஆ) உலகின் பிரதான மதங்களின் புனித நூல்களில் இருந்து சில பகுதிகள்.

3. மாணவர்களின் தாய் மொழி இலக்கணம், அந்த மொழியின் வரலாறு தொடர்பான எளிய அறிமுகம், இந்தியாவின் பிற மொழிகளுடன் அதற்கு உள்ள தொடர்பு.

4. சுய வெளிப்பாடு – எழுத்திலும் பேச்சிலும்

(அ) ஆறாம் வகுப்பு படங்களின் தொடர்ச்சி

(ஆ) சுகாதார முகாம்கள், கிராம ஆரோக்கிய முகாம்கள் போன்ற செய்துமுடித்த விஷயங்கள் குறித்த அறிக்கை தயாரித்தல்.

(இ) மாணவர் தாமாகத் தேர்ந்தெடுத்த விஷயம் தொடர்பாக ஒரு சிறிய துண்டு பிரசுரம் தயாரித்தல்

(ஈ) செய்ய விரும்பும் விஷயம் தொடர்பான திட்டமிடல் அல்லது செய்முறைக் குறிப்புகள்

(உ) மூத்த மாணவர்கள் (13-14 வயது) தமக்கான கலந்துரையாடல் விஷயங்களைத் தீர்மானித்து தாமே முன்னெடுப்பார்கள். 10-12 வயது மாணவர்கள் தனிக் குழுவாக நாடகம் போன்றவற்றில் ஈடுபடுவார்கள். கிராம வாழ்க்கையுடன் நெருங்கிய தொடர்புடையதாக இந்தக் கலந்துரையாடலும் நாடகங்களும் அமையவேண்டும். இவற்றில் கிராமப் பெரியவர்களும் வந்து கலந்துகொள்ள வேண்டும்.

கடைசி இரண்டு ஆண்டுகளில் கிராமங்களில் சமூக நலன் சார்ந்த கூட்டங்கள், முகாம்களை ஒருங்கிணைக்கவேண்டும். முதியோர் கல்வி, சுகாதார முகாம்கள், தேசிய, கலாசார விழாக்களைக்

கொண்டாடுதல். நடைமுறை விஷயங்கள் சார்ந்து மாணவர்கள் கிராமத்தினர் மத்தியில் சிறிய உரை நிகழ்த்தவேண்டும்.

5. ஹிந்துஸ்தானி மொழியில் அடுத்த கட்டப் படிப்பு

(அ) ஹிந்துஸ்தானி மொழியில் சிறிய உரை நிகழ்த்த வேண்டும். உரையாட வேண்டும்.

(ஆ) எளிய, வர்த்தக கடிதங்கள் எழுதுதல்

(இ) எளிய புத்தகங்கள், வார, மாத பத்திரிகைகள், செய்தித் தாள்கள் வாசிப்பு

கணிதம்

முதல் வகுப்பு

முதல் பருவம்

(1) நூறு வரை எண்கள் (திடமான பொருட்கள் மூலம்); தசம வழிமுறை.

(2) ஐந்து, பத்தின் மடங்குகள் 100 வரை.

(3) சிறிய பெரிய எண்களை அடையாளம் காணுதல்.

இரண்டாம் பருவம்

1. 160 வரை எண்கள். தசம எண் வழிமுறையின் அடுத்த கட்டம்.
2. மனக்கணக்கு. 10க்கு உட்பட்ட எண்களின் கூட்டல், கழித்தல்.
3. கூட்டல், கழித்தல் குறியீடுகள்.
4. பத்து வரையான எண்களின் எளிய கூட்டல் கழித்தல்.
5. 160 வரை எண்கள் எழுதுதல்
6. கெஜம், அடி, அங்குலம் / சேர், சட்டக், தோலா
7. எளிய வடிவ இயல் வடிவங்கள். நேர்கோடு, வளைகோடு, இரு புள்ளிகளுக்கு இடைப்பட்டதொலைவு

இரண்டாம் வகுப்பு

1. 999 எண்கள் வரை
2. 20 வரை கூட்டல் கழித்தல் அட்டவணை
3. இரட்டை இலக்கம், மூன்று இலக்க எண்களின் கூட்டல். கூட்டுத்தொகை 999ஐத் தாண்டாமல்.
4. இரட்டை இலக்க எண்கள், மூவிலக்க எண்களின் கழித்தல்

5. பத்து வரையான பெருக்கல் வாய்ப்பாடு
6. இரட்டை இலக்க எண்களின் பெருக்கல். விடை மூவிலக்கத்தைத் தாண்டாதவகையில்
7. மூவிலக்க எண்களை ஓரிலக்க எண்கள் கொண்டு வகுத்தல்
8. நீளம், எடை அளவிடக் கற்றுக்கொள்ளுதல்

   பணம் : ரூபாய், அணா, பைசா

   எடை : சேர், சட்டக், தோலா (உள்ளூரில் இருப்பவை)

   நீளம் : அடி, கெஜம், கண்டி, லட்டி, கலி
9. சதுரம், செவ்வகம், முக்கோணம், வட்டம் போன்ற வடிவங்களை அடையாளம் காணுதல்

மூன்றாம் வகுப்பு

1. ஏழு இலக்க எண்கள் வரை எழுதுதல்
2. கூட்டல், கழித்தல் பாடங்களின் தொடர்ச்சி
3. 16-ம் வாய்ப்பாடு வரை
4. பெருக்கல். விடை ஏழு இலக்கங்களைத் தாண்டாமல்
5. மூவிலக்க எண்களின் வகுத்தல்
6. ஏறு வரிசை, இறங்குவரிசையில் பணம், நீள, அகலம், எடை
7. கடன் வாங்கிக் கழித்தல், சேர்த்துக் கூட்டுதல்
8. இந்திய முறை அளவீடுகள் (பணம் – அணா – பைசா; சேர்கள், தோலா)
9. பின்னங்கள் ¼, ½, ¾
10. ¼, ½, ¾ தொடங்கி 20 வரை பின்ன வாய்ப்பாடு
11. கோணங்களை அளவிடுதல் (சாய்கோணம், செங்கோணம்)
12. திடப் பொருட்களை அடையாளம் காணுதல் : உருளை, கூம்பு, கோளம், கன சதுரம்
13. எடை, நீளம், கொள்ளளவு, காலம் அட்டவணைகள்

   (அ) சேர், பன்சேரி, மௌண்ட், கண்டி

   அடி, கெஜம், ஃபர்லாங்க், மைல்

கொள்ளளவு குறித்த உள்ளூர் அளவுகள்

நொடி, நிமிடம், மணி, நாள், வாரம், மாதம், வருடம்.

நான்காம் வகுப்பு

1. எண்கள் மற்றும் எழுத்தால் எழுதுதல் முழுமையாக.
2. கூட்டல், கழித்தல், பெருக்கல், வகுத்தல் முழுமையாக
3. கடன் வாங்கிக் கழித்தல், சிக்கலான கூட்டல் கணக்குகள்
4. உயர் நிலை பெருக்கல், வகுத்தல்
5. பின்னங்கள். ரூபாய், பைசா, அணா மற்றும் எடைகள், நீளம், அனைத்தின் கூட்டல், கழித்தல், பெருக்கல், வகுத்தல்.

   (குறிப்பு: வகுத்தல் கணக்குகள் முழு எண்களுக்காக மட்டுமே. பின்னங்களுக்கு அல்ல)
6. எளிய பின்னங்கள், வகுக்கும் எண்களாக 10,12,14,16,20.
7. மேலே இடம்பெற்றிருக்கும் பின்னங்களின் பொது மடங்குகளுள் சிறியது.
8. மேலே சொல்லப்பட்டிருக்கும் வகு எண்களைக் கொண்ட பின்னங்களின் கூட்டல், கழித்தல்.
9. இந்திய, பிரிட்டிஷ் எடைகளின் ஒப்பீடு. பவுண்ட், சேர், டன், கிலோ கிராம்.
10. மூன்றாம் நான்காம் வகுப்புகளில் கற்றுக் கொண்ட அளவுகளின் அட்டவணை. விரிவாக.
11. கணக்குகள் எழுதுதல் – ஒவ்வொரு மாணவரும் தமது கைத் தொழில் – கிராஃப்ட் தொழிலின் கணக்கு வழக்குகளை எழுதுதல்
12. சதுரங்கள், முக்கோணங்களின் பரப்பளவு, நீள அகல அளவுகள், ஒரு கோட்டுக்கு செங்குத்துக் கோடு வரைதல், இணை கோடுகள் வரைதல், சாய் கோணக் கோடுகள் வரைதல்

ஐந்தாம் வகுப்பு

1. கூட்டல், கழித்தல், பெருக்கல், வகுத்தல் கணக்குகள், உயர் நிலைப் பயிற்சிகள்

2. மீச் சிறு பொது மடங்கு, மீப் பெரு பொது மடங்கு

3. சிக்கலான பின்னஙள் (கலப்பு பின்னங்கள் வேண்டாம்)

4. எளிய, சிக்கலான கணக்குகள்.

5. ஒற்றை அலகு முறை (யூனிட்டரி முறை)

கணக்கு எழுதுதல்

1. வரவு செலவுக் கணக்கு (வீடு, பண்ணை, விழாக்கள்)

2. பொருட்கள் இருப்பு, பதிவேடு (தனி நபர், மொத்த வகுப்பு)

3. பணப் புத்தகம், பதிவேடு (கைத் தொழில், பள்ளி, வீடு வருமானக் கணக்கு)

4. மாதாந்திரக் கணக்கு (வரவு, செலவு)

5. லாப நஷ்டக் கணக்கு, ஆண்டு இறுதியில் நிலுவையில் பொருள் எதுவும் இல்லாத அளவில்)

வடிவ இயல் – செய்முறை

1. பரப்பளவுக் கணக்கீடு – முக்கோணம், இணைகரம்

2. வட்டம், விட்டத்துக்கும் சுற்றளவுக்குமான விகிதம், வட்டத்தின் பரப்பளவு

3. கள அளவீடுகள். ஏக்கர், பிகா ஒப்பீடு

இவற்றோடு தொடர்புடையதாக

1. குறிப்பிட்ட கோணத்துக்கு இணையான கோணத்தை உருவாக்குவது எப்படி?

2. கொடுக்கப்படும் முக்கோணத்துக்கு இணையான முக்கோணம், செவ்வகம், நாற்கரம் உருவாக்கும் விதம்

3. ஒரு வட்டத்தின் மையம், வில்லின் மையம்.

ஆறாம் வகுப்பு

1. தசம பின்னங்களை எழுதுதல், வாசித்தல்

2. தசம பின்னங்களின் கூட்டல், கழித்தல், வகுத்தல், பெருக்கல்

3. தோராய கணிப்பு (முழு எண் ஆக்கம்)

4. சதவிகிதங்கள்
5. தனி வட்டி
6. லாப நஷ்டக்கணக்கு

கணக்குப் புத்தகம் எழுதுதல்

1. ஐந்தாம் வகுப்பில் இது தொடர்பாகக் கற்றுக் கொண்டவற்றில் அடுத்த கட்டப்படிப்பு
2. கடன் மற்றும் பணப் பரிமாற்றம்
3. இருப்பு நிலைக் கணக்கு

வடிவ இயல் – செய்முறைப் பயிற்சி

1. ஐந்தாம் வகுப்பில் பரப்பளவு தொடர்பான பாடங்களின் அடுத்த கட்டப் படிப்பு. வயல்கள், தோப்புகள் இவற்றைக் களத்தில் சென்று அளவிடுதல்.
2. கன சதுரம், கன செவ்வகம், உருளை ஆகியவற்றின் கொள்ளளவு

   குறிப்பு: கிணறுகள் வெட்டுதல், சுவர்கள் எழுப்புதல் போன்றவற்றுடன் இவை செய்துபார்க்கப்படவேண்டும்.

ஏழாம் வகுப்பு

1. முந்தைய வகுப்புகளில் படித்தவற்றை மீள் வாசித்தல், விரிவாகப் படித்தல்
2. மும்மடி விதி – விகிதம்
3. காலம், வேலை, வேகம்.
4. பரப்பளவு, கொள்ளளவு, வட்டி போன்றவற்றுக்கான விதிகள்
5. கிராஃப்கள்
6. வர்க்க மூலம்

கணக்குப் புத்தகம்

1. வர்த்தகக் கணக்கு
2. லாப நஷ்டக்கணக்கு
3. இருப்பு நிலைக்குறிப்பு

வடிவ இயல் - செய்முறை

1. முந்தைய வகுப்புகளில் படித்தவற்றின் மீள் வாசிப்பு
2. பரப்பளவு, கொள்ளளவுக்கான விதிகள், சூத்திரங்கள்
3. பரப்பளவைச் சுருக்கி விகிதாசரத்தோடு வரைதல்

சமூகவியல் பாடம்

வகுப்பு – 1

1. ஆதி மனிதர் பற்றிய வரலாறு: ஆதி மனிதர் தன் தேவைகளை எப்படிப் பூர்த்தி செய்துகொண்டார்; நாகரிக வாழ்க்கைக்கான விஷயங்களை எப்படி வளர்த்தெடுத்தார்.

   (அ) உறைவிடம் - குகைகள், மரங்கள், நதிக்கரைக் குடியிருப்புகள் போன்றவை

   (ஆ) உடைகள் அல்லது இயற்கைப் பாதுகாப்பு - இலைகள், மரப்பட்டைகள், தோல்கள் முதலியவற்றால் ஆனவை. அவைபடிப்படையாக விலங்கு ரோமம், கம்பளி, பருத்தி, பட்டு என பரிணமித்த வரலாறு.

   (இ) வாழ்வாதாரம் - வேட்டை, மேய்ச்சல், ஆரம்ப நிலை விவசாயம்.

   (ஈ) ஆயுதங்கள், கருவிகள் – மரம், கல், வெண்கலம், இரும்பு.

   (உ) சுய வெளிப்பாடு - பேச்சு, குகை எழுத்து, ஓவியங்கள்.

   (ஊ) வளர்ப்பு விலங்குகள் – குதிரை, பசு, நாய் முதலியவை

   குறிப்பு : ஆதி மனிதர் தொடர்பான இந்த வாழ்க்கை வரலாறை குழந்தைகளின் சிந்தனை மற்றும் கற்பனைத் திறனை ஊக்குவிக்கும் வகையில் கதைகள், செயல்பாடுகள் ஆகியவற்றின் அடிப்படையில் கற்றுத் தரவேண்டும்.

2. ஆதி காலத்தில் மனிதர்களின் வாழ்க்கை: பழங்கால எகிப்து, பழங்கால சீனா, பழங்கால இந்தியா பற்றிய விவரங்கள் கதை வடிவில். உதா:

   (அ) எகிப்தில் அடிமைகளைக் கொண்டு பிரமிடுகள் கட்டப்பட்டமுறை;

(ஆ) முதல் ஐந்து சீனப் பேரரசர்கள்;

(இ) மொஹஞ்ச தரோவில் ஒரு சிறுவன்

(ஈ) சுனசேபன் கதை (வேத காலம்)

3. தொலைதூர, துருவப் பிரதேசங்களில் மனித வாழ்க்கை: அராபிய பொடோயின்கள், எஸ்கிமோக்கள், ஆஃப்ரிக்க குள்ள மனிதர்கள் (பிக்மிகள்), செவ்விந்தியர்கள்.

குறிப்பு : தாய் மொழியில் கதைகள், நாடகங்கள் என இந்தப் பாடங்கள் எல்லாம் வாய்மொழி வழியாக நடத்தப்படலாம்.

4. குடிமை வாழ்க்கைக்கான பயிற்சி: பள்ளியில் குழந்தைகளின் செயல்பாடுகள் - குடிமை சமூகத்தில் ஒருவர் எப்படி நடந்துகொள்ளவேண்டும் என்ற விஷயங்கள் எல்லாம் பள்ளியில் நடைமுறைப் பயிற்சிகள் மூலமாகக் கற்றுத்தரவேண்டும். கீழ்க்கண்ட பண்புகளை, குணங்களைக் கற்றுக்கொடுக்கவேண்டும்.

(அ) தூய்மை, சுகாதாரம்

(1) தனி நபர் தூய்மை (பொது அறிவியல் பாட திட்டத்தைப் பார்க்கவும்)

(2) உடைகளின் தூய்மை

(3) கழிப்பறைகள், சிறு நீர் கழிக்கும் அறைகளை முறையாகப் பயன்படுத்துதல்

(4) குப்பைகள், காகிதக் குப்பைகள் இவற்றைக் கையாளும் விதம்.

(5) வகுப்பறைகள் மற்றும் பள்ளி அலமாரிகள் ஆகியவற்றைச் சுத்தமாக வைத்திருத்தல்

(6) பள்ளிக் குடி நீரை அக்கறையுடன் பராமரித்தல், பயன்படுத்துதல்.

ஆ. சமூகப் பொறுப்பு உணர்வுகள்

(1) ஆசிரியர்கள், சக மாணவர்களை முறையாக வாழ்த்தி வரவேற்றல்

(2) இனிய மொழியில் பேசுதல்

(3) பணிவுடன் கேள்வி கேட்பது, பதில் சொல்வது.

(4) பேச வாய்ப்பு கிடைக்கும் வரை காத்திருத்தல்

(5) வரிசையை முறையாகப் பின்பற்றுதல்

இ. கைத்தொழில்

(1) கைத்தொழில் கருவிகள், பொருட்களை முறையாகப் பயன்படுத்துதல்

(2) பொருட்கள், கருவிகளை சக மாணவர்களுடன் பகிர்ந்துகொள்ளுதல்

(3) குழுவாக இணைந்து செயல்படுதல்

(4) தனக்கான வாய்ப்பு/முறை வரும்வரை காத்திருத்தல்

(5) வகுப்பறையைச் சுத்தமாக வைத்துக்கொள்ளுதல், வேலை முடிந்த பின் பொருட்கள், கருவிகளை உரிய இடத்தில் முறையாக வைத்தல்

ஈ. விளையாட்டுகள்

(1) நேர்மையாக விளையாடுதல் (ஏமாற்று, பொய் சொல்லாமல் விளையாடுதல்)

(2) பலவீனமானவர்களை முந்திச் செல்லாமல் அரவணைத்தல்

(3) வெற்றியைவிட நேர்மையாக விளையாடுவதே முக்கியம் என்று அறிவுறுத்துதல்

(உ) பொறுப்புகளை திறம்படச் செய்தல்

மேலே சொல்லப்பட்டிருக்கும் அடிப்படைப் பயிற்சிகள் நீங்கலாக, குழந்தைகள் பள்ளியில் சில முக்கியமான பொறுப்புகளைத் தனி நபராகவோ, குழுவாகவோ செய்தாகவேண்டும். ஏழு முதல் ஒன்பது வயது வரையிலான மாணவர்களுக்குக் கீழ்க்கண்ட பொறுப்புகள் கற்றுத் தரவேண்டும்.

(1) வகுப்பறையின் தூய்மை

(2) பள்ளி வளாகத்தின் தூய்மை

(3) பள்ளி குடி நீர் பராமரிப்பு

(4) இலைகள், பூக்கள், கற்கள், இறகுகள், மரப்பட்டை, மரக்கட்டை ஆகியவற்றை பள்ளி அருங்காட்சியகத்துக்குச் சேகரித்துக் கொடுத்தல்.

(5) பள்ளிகளை விழாக்களுக்கு அலங்கரிக்க உதவுதல்.

(6) பள்ளியையும் கிராமத்தினரையும் மகிழ்வித்தல்

(7) புதிய மாணவர்களுக்கு உதவுதல்

(ஊ) வீட்டில் குழந்தைகளின் செயல்பாடுகள்.

(1) வீடு என்பது ஒழுங்கமைக்கப்பட்ட சமூக அலகு. ஒவ்வொரு அங்கத்தினருக்கும் அங்கு ஒரு பொறுப்பு/இடம் உண்டு – தாய், தந்தைக்கான பொறுப்பு; சகோதர சகோதரிகள், ஒன்று விட்ட சகோதரர்களின் பொறுப்பு

பிற உறவினர்களின் பொறுப்பு; குடும்பத்தில் பணியாளர்களின் பொறுப்பு/இடம்

(2) குடும்பத்தில் குழந்தைகளின் இடம். பெரியவர்கள் மற்றும் சிறுவர்களுடனான பொறுப்பு

(3) குடும்பத்தினர் ஒப்படைக்கும் செயல்களை முறையாகச் செய்தல்

(எ) உடல் பயிற்சி

(1) மைதான விளையாட்டுகள், கருவிகள், பொருட்கள் அதிகம் தேவைப்படாத பொதுவான கிராம விளையாட்டுகள்.

(2) படைப்பூக்கம் மிகுந்த விளையாட்டுகள், நகலெடுப்பு விளையாட்டுகள்

(3) லயத்துடனான உடல் பயிற்சிகள்

(4) நாட்டுப்புற நடனங்கள்.

வகுப்பு – 2

1. நவீன காலத்தில் உள்ள பழங்குடிகளின் வாழ்க்கை. உ.தா: ஆஃப்ரிக்க பூர்வகுடிகள், ஆஸ்திரேலிய புதர் மனிதர்கள், சிலோன் வேடர்கள், செவ்விந்திய பூர்வ குடிகள்.

2. ஆதி காலத்தில் மனிதர்களின் வாழ்க்கை – பழங்கால ஹீப்ருக்கள், ரோமானியர்கள், பாரதத்தினர் (உபநிடத காலம்) கதைகள் வடிவில் கற்றுத் தரவேண்டும். எ.கா. மோசஸின் கதை, ஆப்ரஹாமின் கதை, ரோமாபுரியின் மார்க்கஸ் அரேலியஸின் கதை, ரெகுலஸின் கதை, நசிகேதன், கார்கி ஆகியோரின் கதை.

3. தூரப் பகுதிகளில் வாழும் மனிதர்களின் வாழ்க்கை – ஆஃப்ரிதி சிறுவனின் வாழ்க்கை, ஸ்விட்சர்லாந்து சிறுவனின் வாழ்க்கை, பாரசீகச் சிறுவனின் வாழ்க்கை, ஜப்பானிய சிறுவனின் வாழ்க்கை. குறிப்பு: தலைப்பு ஒன்று மற்றும்

இரண்டில் உள்ள விஷயங்களைத் தாய்மொழியில் கதை, நாடகம் மூலமும் புத்தகங்கள் மூலமும் கற்றுத் தரவேண்டும்.

4. குடிமை வாழ்வுக்கான பயிற்சி – கிராம வாழ்க்கையைக் கூர்ந்து கவனித்தல். உணவு, உடை, உறைவிடம், தொழில்கள், குடி நீர் வழங்கல், கிராமச் சந்தை, வழிபாட்டு மையங்கள், பொழுது போக்குகள், விழாக்கள், கண்காட்சிகள்.

5. நடைமுறைப் பயிற்சி – குடிமைப் பண்புகளுக்கான பயிற்சிகள்

(அ) பள்ளியில் குழந்தைகள்

(ஆ) வீடுகளில் குழந்தைகள்

இந்த இரண்டு தலைப்புகளில் முதல் வகுப்பில் நடந்த பாடங்களின் தொடர்ச்சியாகக் கற்றுத் தரவேண்டும்.

(இ) குழந்தையும் கிராமமும்

(1) வீட்டைச் சுற்றி இருக்கும் பகுதியைச் சுத்தமாக வைத்துக்கொள்ளுதல்

(2) கிராம சாலைகளைத் தூய்மையாக வைத்துக்கொள்ளுதல். (முடிந்தால், கிராமத்தின் பல்வேறு இடங்களில் குப்பைத் தொட்டிகள் வைக்கலாம். கிராமத்தினரையும் குடும்பத்தினரையும் அதை முறையாகப் பயன்படுத்தவைக்கவேண்டும்)

(3) கிராமத்துக் கிணறைத் தூய்மையாகப் பராமரித்தல்.

(4) பள்ளி விழாக்களில் கிராமத்தினரைப் பங்குபெற வைத்து மகிழ்வித்தல்

(5) விலங்குகளிடம் அன்புடன் நடந்துகொள்ளுதல்

6. உடல் பயிற்சி – ஒன்றாம் வகுப்பில் இடம்பெற்றிருப்பவற்றின் அடுத்த கட்டம்.

வகுப்பு – 3

1. பழங்காலத்தில் மனிதர் வாழ்க்கை – பழங்கால பாரதம் (பௌத்தர் காலம்), பழங்கால பாரசீகம், பழங்கால கிரேக்கம் கதைகள் வடிவில். புத்தரின் சரிதம், அசோகரின் சரிதம், மகேந்திரர், சங்க மித்திரையின் கதை

மத்திய ஆசியா மற்றும் சீனாவில் பௌத்த மடாயலங்கள், நாலந்தாவில் படித்த மாணவரின் கதை

★ பழங்கால பாரசீகம் – காவ இரும்புக் கொல்லரின் கதை, தெர்மோஃபைபல் போர் பற்றிய கதை, மா மன்னர் டேரியசின் அரசபையில் இந்திய மருத்துவர்

★ பழங்கால கிரேக்கம் – கிரேக்க அடிமைகள் பற்றிய கதை, சாக்ரடீஸின் கதை, ஒலிம்பிக் போட்டியில் பங்கு பெறும் இளைஞர் ஒருவர் பற்றிய கதை, மாரத்தான் போட்டியில் சிறந்த பெய்டிபிடெஸ் கதை, அலெக்சாண்டரின் கதை, மெகஸ்தனிஸின் கதை

2. தூர தேசங்களில் வாழ்க்கை – நியூ யார்க் நகரில் வாழும் சிறுவனின் வாழ்க்கை, சீனாவில் வாழும் சிறுவனின் வாழ்க்கை, ரஷ்ய கூட்டுப்பண்ணையில் வாழும் சிறுவனின் வாழ்க்கை, செவ்விந்திய தேயிலைத் தோட்டத்தில் வாழும் சிறுவனின் வாழ்க்கை

குறிப்பு: தலைப்பு ஒன்று மற்றும் இரண்டில் உள்ள விஷயங்களைத் தாய்மொழியில் கதை, நாடகம் மூலமும் புத்தகங்கள் மூலமும் கற்றுத் தரவேண்டும்.

3. மாவட்டங்கள்பற்றிய விவரங்கள் (முடிந்தால் ஒரு மாவட்டச் சுற்றுலா) – தட்பவெப்பம், பயிர்கள், உள்ளூர் சரித்திர முக்கியத்துவம் வாய்ந்த இடங்கள், தகவல் பரிமாற்ற முறைகள், வழிபாட்டு மையங்கள்.

குறிப்பு: இந்தச் சுற்றுலாவின் போது அடிப்படையான பொதுவான விஷயங்கள் கற்றுத் தரப்படவேண்டும். நான்காம் வகுப்பில் நடக்கும் சுற்றுலாவில் கூடுதல் தரவுகள் இடம்பெறலாம்.

செய்முறைப் பயிற்சி: (1) மாவட்டத்தின் வரைபடத்தில் இடம்பெற்றிருப்பவற்றில் முக்கியமான விஷயங்கள் (2) திட்டங்கள் வகுத்தல் : வகுப்பறை, பள்ளிக் கட்டடம், பள்ளி வளாகம் இவற்றுக்கான திட்டம்.

4. பூமிப் பந்து – பூமியின் வடிவம், நிலம், நீர் பரப்புகள்

5. கிராம சமுதாயம் – கிராமம் மற்றும் நிர்வாகம். கிராம அதிகாரிகள். கிராம பஞ்சாயத்து. அதன் செயல்பாடுகள்.

கிராமத்தில் இருப்பவை – சந்தை, மருத்துவமனை, தபால் நிலையம், கால்நடைப் பராமரிப்பு மையம். சாலைகள், விளையாட்டு மைதானம், அருகமை ரயில்வே நிலையம்.

6. செய்முறைப் பயிற்சி

(அ) கிராம பஞ்சாயத்தைப் போலவே பள்ளியில் பஞ்சாயத்து

(ஆ) சமூக சேவை அமைப்புகளின் நிர்வாகம் (9-12 வயது மாணவர்களுக்கு) கீழ்க்கண்ட குடிமைச் செயல்பாடுகள்

(1) தெருக்கள், கிணறுகள் ஆகியவற்றின் பாதுகாப்பு மற்றும் தூய்மை

(2) விலங்குகளிடமிருந்து பயிர்களைப் பாதுகாப்பது

(3) 9 வயதுக்குக் குறைந்த சிறுவர்களுக்கான விளையாட்டுகள், பொழுதுபோக்கு விஷயங்களை ஒருங்கிணைத்தல்

(4) கிராமச் சிறுவர்கள், பெரியவர்களுக்கான பொழுது போக்குகளை ஒருங்கிணைத்தல்

(5) தேசிய மற்றும் ஆண்டுதோறுமான விழாக்களில் பங்குபெறுதல்

(6) அறிவுப்புப் பலகைகள், போர்டுகள், போஸ்டர்கள் உருவாக்குதல்

(7) கிராம விழாக்கள், பொருட்காட்சிகள் ஆகியவற்றில் தன்னார்வத்துடன் பங்குபெறுதல்.

வகுப்பு – 4

I. பழங்கால வரலாறு – பழங்கால இந்தியா, பௌத்த சீனா, இந்தியாவைத் தாண்டிய இந்தியச் செல்வாக்கு, ஆரம்ப கால கிறிஸ்தவர்கள்.

(அ) பழங்கால இந்தியா – சமுத்திர குப்தர், காளிதாசர், ஆர்யபடர், இந்தியாவில் வணிகத்துக்கு வந்த அராபியர், அயல் நாடுகளுக்கு வர்த்தகத்துக்குச் சென்ற இந்தியர். ஹர்ஷவர்த்தனர், பிருத்விராஜ், ஹாருன் – உர் – ரஷீதின் அரசபையிலிருந்த இந்திய மருத்துவர்.

(ஆ) பௌத்த சீனம் – சீனப் பயணிகள் ஃபாஹியான், யுவான் சுவாங் பற்றிய வரலாறு

(இ) இந்தியாவைத் தாண்டிய இந்தியச் செல்வாக்கு – ஜாவா அல்லது சியாமுக்கு கலை, வர்த்தகம் சார்ந்து சென்று அங்கே தங்கிய இந்தியர்கள் பற்றிய வரலாறு.

(ஈ) கிறிஸ்து மற்றும் ஆரம்பகால கிறிஸ்தவர்கள் பற்றிய வரலாறு

II. மனித குலத்தின் பூகோள, சுற்றுச் சூழல்கள்

1. ஒரு மாவட்டத்தின் தொழில் சூழல் – செய்முறைப் பயிற்சி: ஒரு மாவட்டத்தில் இருக்கும் தொழில்கள் பற்றிய வரைபடம். கூட்டு முயற்சியாக வழிகாட்டிக் குறிப்பு நூல் தயாரித்தல்.

2. இயற்கையான நில வகைகள், தட்பவெப்பநிலை, விவசாயம், தொழில் துறைகள் தொடர்பாக ஒரு பிராந்தியத்தின் பூகோளம்

3. உலகில் வேட்டை, மீன் பிடித்தல், கானக வாழ்க்கை போன்றவை நிலவும் விதம். செய்முறைப் பயிற்சி: பலர் கூடிக் களிமண்ணில் ஒரு பிராந்தியம் பற்றிய உருவம் செய்தல், வரைபடங்கள், அட்டவணைகள், திட்டங்கள், படங்கள் வரைதல்

4. உலக சாகசப் பயணங்கள் பற்றிய கதை – மார்க்கோ போலோ, வாஸ்கோடகாமா, கொலம்பஸ்

5. உலகின் முக்கியமான கடல் வழிகள். இந்தியாவிலிருந்து தூரகிழக்கு நாடுகள், இந்தியாவிலிருந்து ஐரோப்பா, இந்தியாவிலிருந்து ஆஸ்திரேலியா, இந்தியாவிலிருந்து அரேபியா, இந்தியாவிலிருந்து ஆஃப்ரிக்கா, ஐரோப்பாவில் இருந்து அமெரிக்கா.

6. (நெசவுத்தொழில் அடிப்படைத் தொழில் கல்வியாக இருக்கும் பள்ளிகளில்) பல்வேறு நாடுகளில் பருத்தி, பஞ்சு ஆகியவற்றை எப்படிச் சுத்திகரிக்கிறார்கள், நெசவு செய்கிறார்கள்?

III. குடிமை வாழ்வுக்கான பயிற்சி

1. கிராமம் – சமூக அமைப்பு – கீழ்க்கண்ட விஷயங்களின் அடிப்படையில்.

(அ) கிராமம் – சமூகக் குழுக்கள், பரஸ்பர தொடர்புகள், கிராமத்திலிருந்து வெளியூர்களுக்குச் செல்லுதல்

(ஆ) டவுன் நிர்வாகம், நகராட்சி நிர்வாகம், குடிமகன்களின் உரிமைகள், கடமைகள், வரி, காவல்துறை, நீதித்துறை.

(இ) சமூகப் பணிகள் : மருத்துவமனை, குழந்தைகள் காப்பகம், குடி நீர் பணிகள், தெரு விளக்குகள், மைதானங்கள், மடாலயங்கள்.

(ஈ) வழிபாட்டு மையங்கள்; அனைத்து மத வழிபாட்டு மையங்களுக்கும் மரியாதை.

(உ) பொழுதுபோக்கு மையங்கள்: நாடக அரங்குகள், திரையரங்குகள்

(ஊ) கல்வி மையங்கள்: பல்கலைக்கழகம், கல்லூரிகள், பள்ளிகள், தொழில் கல்வி மையங்கள்.

செய்முறைப் பயிற்சி

அருகில் இருக்கும் டவுனுக்குப் பயணம்.

2. சம கால நிகழ்வுகள் பற்றிய படிப்பு.

செய்தித்தாள்கள் வாசிப்பு. பூகோள வரைபடங்கள், தாய்மொழி மூலமான வாசிப்பு.

3. செய்முறைப் பயிற்சி

(அ) சுய ஆட்சிக் கொள்கைகளைக் கொண்டு பள்ளியில் சுய நிர்வாக அமைப்புகள் அமைத்தல்.

(ஆ) மூன்றாம் வகுப்பில் இடம்பெற்றுள்ள பாடங்களின் அடிப்படையில் சமூக சேவைப் பணிகள்

(இ) தேசிய,மத, பருவ கால விழாக்கள் கொண்டாடுதல்

(ஈ) செய்தி வாசிப்பு மையங்கள், சம கால நிகழ்வுகள் தொடர்பான விவாதங்கள்.

4. குடிமைச் செயல்பாடுகள் - மூன்றாம் வகுப்பில் சொல்லப்பட்டிருப்பவற்றின் தொடர்ச்சி.

வகுப்பு – 5

I. இந்தியாவிலும் உலகிலும் இஸ்லாமிய நாகரிகத்தின் வரலாறு

(அ) இறைத்தூதர் முஹம்மதுவின் வாழ்க்கை வரலாறு, அராபிய சமூக, பூகோளப் பின்னணியில்

(ஆ) ஆரம்ப கால இஸ்லாமிய நாயகர்கள் : ஓமர், அலி, ஹுசேன், காலிஃப், அப்துல் அஜீஸ்

(இ) இந்திய இஸ்லாமியத் தொடர்பு : இஸ்லாமிய வணிகர்கள், பயணிகள் - முஹம்மது பின் காசிம், க்வாஜா மோய்ன் உதின் சிஷ்தி.

(ஈ) இந்து- இஸ்லாமியக் கலாசாரத்தின் வரலாறு (தெளிவான, அழுத்தமான உதாரணங்கள் மூலம்)

(1) ஹிந்து முஸ்லிம் மதங்களின் பரிமாற்றங்கள்: அமீர் குஸ்ரு, கபீர், குரு நானக், அக்பர், தாரா ஷிகோ

(2) பொதுவான சமூக வாழ்க்கையை வளர்த்தெடுத்தல் : உணவு, உடை, பொழுதுபோக்குகள், பொதுவான விழாக்கள், சமூகச் சடங்குகள், பழக்க வழக்கங்கள்

(3) பொதுவான அரசியல், நிர்வாக அமைப்பு: ஷேர் ஷா, அக்பர், தோடர் மல்.

(4) மொழி, இலக்கியம் : இலக்கிய, ஆட்சி மொழியாக பாரசீகம்; பாரசீக மொழியில் எழுதிய ஹிந்து எழுத்தாளர்கள், அறிஞர்கள்; சம்ஸ்கிருதம் ஹிந்தியில் எழுதிய இஸ்லாமிய எழுத்தாளர்கள், அறிஞர்கள். சம்ஸ்கிருதம் ஹிந்தி, வங்காளி மொழிகளுக்கு முஸ்லிம்கள் தந்த ஆதரவு. இந்து முஸ்லிம்களின் பொது மொழியாக ஹிந்துஸ்தானி மொழியின் வளர்ச்சி.

(5) கலைகள், இசை: இந்து-இஸ்லாமிய இசை. அமீர் குஸ்ரு, தான் சேன். ஓவியம் – மொகலாயப் பாணி, ராஜபுத்ர பாணி, கங்கரா பாணி. கட்டடக்கலை -குதுப்மினார், ஃபாதேபூர் சிக்ரி, தாஜ்மஹல். கை எழுத்துக் கலை, சுவடி எழுத்துகளை அலங்கரித்தல்.

(6) கைவினைக் கலைகள் : நெசவு, சாயம் ஏற்றுதல், அச்சு. தங்க, வெள்ளி உலோக வேலைகள், போர்வை, கம்பள நெசவு, தோட்டக் கலை

(7) கீழ்க்காணும் நபர்களின் வாழ்க்கை வரலாறு, அன்றைய சமூகச் சூழல்கள் சார்ந்து: அல்பரூணி, இபின் – இ – பதூதா, ஃபெரோஸ் ஷா, துக்ளக், பாபர், சந்த் பீவி, நூர் ஜஹான் மற்றும் சில துறவிகள், சூஃபிகள், தாது, கபீர்,நானக், பாபா ஃபரீத்

(8) உலகுக்கு இஸ்லாமிய நாகரிகத்தின் பங்களிப்பு: அலி (அறிஞராகவும், தனி நபராகவும்); பலால் (நீக்ரோ ஜனநாயகம்); ஹாரூண் உர் ரஷீத் (கல்விக் கொடை); சலாலுத்தீன் (இஸ்லாமிய வீரம்); மூன்றாம் அப்துர் ரஹ்மான் (ஸ்பெயினில் மூர் கலாசாரம்) உலகில் இஸ்லாமிய சாம்ராஜ்ஜியம் (பூகோளவியலுடன் இணைத்து)

II. மனிதகுலத்தின் பூகோள சுற்றுச் சூழல்

1. இந்தியாவின் பூகோளம்; நில வகைகள், தட்பவெப்பம், தாவரங்கள், காடுகள், தகவல் தொடர்பு, தொழில்கள், வணிகம், மக்கள் தொகை, அரசியல் பிரிவுகள், மொழிகள்.

செய்முறைப் பயிற்சி

(அ) இந்திய பூகோளத்தின் வரைபடங்கள், அட்டவணைகள், படங்கள்

(ஆ) உலகில் இஸ்லாமிய சாம்ராஜ்ஜியம் தொடர்பான வரைபடம்

2. உலகின் பல்வேறு பகுதிகள், தொழில்களின் அடிப்படையில். வணிகம், விவசாயம், தொழில்துறைகள்

செய்முறை : வரைபடங்கள், அட்டவணைகள், படங்கள்.

3. உலக நாடுகள் கண்டுபிடிக்கப்பட்ட கதை. லிவிங்ஸ்டோன், குக், பியர்ரி, ஷேகில்டென்

4. இந்தியாவிலும் உலகிலும் இருக்கும் நெசவு தொழில் வழிமுறைகள் (கைத்தொழில் வகுப்பில்). வாய்வழித் தகவல்கள், விவாதம், கட்டுரை.

III. குடிமை வாழ்க்கைக்கான பயிற்சி

1. சம கால நிகழ்வுகள்

(அ) செய்தித்தாள் – குழு வாசிப்பு

(ஆ) செய்தி அறிக்கையை எடிட் செய்தல்

(மொழிப்பாடத்தின் போது)

2. மாவட்டம் பற்றிய தகவல்கள்

(அ) மாவட்ட, உள்ளாட்சி அமைப்புகள், பொது சேவை அமைப்புகள், அரசால் கட்டுப்படுத்தப்படுபவை: விவசாயம், நீர்ப்பாசனம், கூட்டுறவு அமைப்புகள், சுகாதாரம், ஆரோக்கியம், சுற்றுச்சூழல் பராமரிப்பு, மருத்துவம், கல்வி.

(ஆ) நிர்வாகம்: துணை அலகுகள், மாவட்ட அதிகாரிகள், அவர்களின் பணிகள், சட்ட நிறுவனங்கள், நீதிமன்றங்கள், காவல் துறை.

(இ) சமூக சேவை அமைப்புகள்

(ஈ) பொழுதுபோக்கு வழிமுறைகள், பொது பரப்புரைகள்

IV. குடிமைச் செயல்பாடுகள்

நான்காம் வகுப்பில் இடம்பெற்றிருப்பவற்றின் தொடர்ச்சி.

வகுப்பு – 6

I. நவீன இந்திய வரலாறு.

(அ) மொகலாயப் பேரரசு, சிவாஜி – மராட்டிய எழுச்சி.

(ஆ) இந்து-முஸ்லிம் கலாசார வீழ்ச்சி

(இ) இந்தியாவில் ஆரம்பகால ஐரோப்பிய வணிகர்கள், வியாபாரிகள், படைவீரர்கள், மிஷனரிகள்.

(ஈ) இந்தியாவை பிரிட்டிஷார் ஆக்கிரமித்த வரலாறு

(உ) ரஞ்சித் சிங், சீக்கிய எழுச்சி

2. இந்திய கலாசாரத்தின் மீது மேற்குலகின் தாக்கம். கீழ்க்கண்ட அம்சங்களின் அடிப்படையில்:

(அ) மதம்

(ஆ) சமூக வாழ்க்கை

(இ) அரசியல், பொருளாதார வாழ்க்கை

(ஈ) மொழி, இலக்கியம்

(உ) கல்வி

(ஊ) தொழில்துறை, கலைகள், கைவினைக் கலைகள்

குறிப்பு : கோட்பாட்டுரீதியாகவோ தத்துவார்த்தரீதியாகவோ மட்டுமல்லாமல் தெளிவான, அழுத்தமான உதாரணங்களுடன் கற்றுத் தரவேண்டும்.

3. இந்திய தேசியப் போராட்டத்தின் வரலாறு.

4. இந்தியாவில் நெசவுத் தொழில், அதன் வீழ்ச்சி (கைத் தொழில் கிராஃப்ட் வகுப்புடன் சேர்த்து)

II. மனித குல பூகோளவியல், சுற்றுச் சூழல்

(அ) உலக நிலவியல். யூரேஷியா பற்றிக் கூடுதல் கல்வி. மனிதர்களின் தொழில், வாழ்க்கை ஆகியவற்றின்மீது நிலவியல் செலுத்தும் தாக்கம்.

(ஆ) சமீபத்திய சாகசக் கண்டுபிடிப்புகள், சாதனைகள்: எவரெஸ்ட் ஏற்றம், சாகசப் பயணங்கள், ரஷ்ய வட துருவப் பயணம்

III. குடிமை வாழ்க்கைக்கான பயிற்சி

(அ) கிராமங்களில் இருக்கும் மதங்கள், சமூக கலாசார வாழ்க்கை இவை பற்றிய விரிவான ஆய்வு. ஆசிரியரின் வழிகாட்டுதலின் பேரில் மாணவர்கள் முன்னெடுக்கவேண்டும்.

செய்முறைப் பயிற்சி : ஆய்வு முடிவுகளின் செய்முறை வெளிப்பாடாக, 12-14 வயதான மாணவர்களைக் கொண்டு சமூக சேவை/பணிக் குழுவை அமைக்கவேண்டும்.

(அ) கிராம மக்களின் பொருளாதார, கலாசார தேவைகள் பற்றி முறையான ஆய்வுகள் மேற்கொள்ளவேண்டும்.

(ஆ) கிராம சாலைகள், கிணறுகள் பராமரிப்பு, சுகாதாரம், தூய்மை தொடர்பான கண்காணிப்பு, கிராம காவல், கிராம குடிநீர் பராமரிப்பு

(இ) ஈக்கள், மூட்டைப் பூச்சிகள், மலேரியா, கொசு, பிற நோய் பரப்பும் உயிர்களிடமிருந்துபாதுகாப்பு

(ஈ) மூலிகைகளைச் சேகரித்தல், பயிரிடுதல், மக்களுக்கு விநியோகித்தல்

(உ) சுகாதாரம், தூய்மை தொடர்பான பொது பிரசார நிகழ்ச்சிகள்

(ஊ) தொற்று நோய்களுக்கு எதிரான விழிப்புணர்வு பிரசாரங்கள்.

(எ) கிராமங்களில் முதியோர் கல்வி. செய்தித்தாள், பத்திரிகைகள் வாசித்தல், பஜனை, கதாகாலட்சேபம், சொற்பொழிவுகள். கல்வியைப் பரப்புதல்.

(ஏ) காடு, தோட்டங்களின் பராமரிப்பு, பிற இயற்கை அழகு நிறைந்த இடங்களின் பராமரிப்பு, பழங்கால கோவில்கள், மசூதிகள், வரலாற்று முக்கியத்துவம் வாய்ந்த இடங்களின் பராமரிப்பு.

(ஐ) கிராமங்களில் நடக்கும் ஏற்றத்தாழ்வுகளுக்கு எதிரான விழிப்புணர்வு

(ஒ) கிராமத்துப் பெரியவர்களுக்கு கை தொழில் பயிற்சி மையங்கள் அமைத்தல்.

(ஓ) தேசிய, மதம் சார்ந்த விழாக்களை நடத்துதல். பொழுது போக்கு நிகழ்ச்சிகள், குழந்தைகளுக்கான விளையாட்டு விழாக்கள், பெரியவர்களுக்கான விழாக்கள் ஏற்பாடு செய்தல்.

வகுப்பு – 7

I. நவீன உலகம் குறித்த கல்வி

1. நவீன வாழ்க்கையில் விஞ்ஞானம். இயற்கை சக்திகளை விஞ்ஞானக் கண்டுபிடிப்புகள், கருவிகளை உருவாக்குதல் மூலம் வெல்லுதல். அவற்றின் பயன்பாடு.

(அ) ரயில்கள், மோட்டார் வாகனங்கள், கப்பல்கள், விமானங்கள் போன்ற அதி வேகப் பயணங்களுக்கானவை.

(ஆ) அச்சு ஊடகம், தொலைபேசி, தந்தி, வானொலி, தொலைகாட்சி போன்றவற்றின் மூலம் தகவல் தொடர்பு வளர்ச்சி.

(இ) நவீன தொழில் துறை வளர்ச்சி. தொழில் புரட்சி.

(ஈ) விஞ்ஞானம் மற்றும் சுகாதாரம், மருத்துவம்

(உ) விஞ்ஞானமும் விவசாயமும்

(ஊ) அன்றாட வாழ்வில் விஞ்ஞானம் உணவு, உடை, விளக்குகள், கட்டடங்கள்.

(எ) விஞ்ஞானமும் நவீனப் போர்முறையும். சக்தியையும் இயற்கையையும் தவறாகப் பயன்படுத்துதல் (பொது விஞ்ஞானப் பாடத்துடன் இதை இணைத்துப் படிக்க வேண்டும்).

II. நவீன உலகில் ஏகாதிபத்தியமும் தொழில்மயமாக்கலும்.

(அ) மேற்குலகில் தொழில் புரட்சி, முதலாளித்துவம் மற்றும் தொழில் சார் நாகரிகத்தின் வளர்ச்சி.

(ஆ) தொழில்மய நாகரிகத்தின் வளர்ச்சியினால் உருவான ஏகாதிபத்தியம். மேற்குலக நாடுகள், ஜப்பான் போன்ற தொழில் மய நாடுகளினால் ஆசியா, ஆஃப்ரிக்கா போன்ற நாட்டினர் சுரண்டப்படும் விதம்.

(இ) உலகப் போர் (1914-1918)

(ஈ) உலகின் மாபெரும் சக்தியாக சோஷலிசத்தின் வரலாறு. முதலாளித்துவத்துக்கும் ஏகாதிபத்தியத்துக்கும் எதிர்வினையாக அது செய்தவை. தொழில்மயம் மற்றும் சோஷலிச நாகரிகம் சார்ந்து சோவியத் குடியரசின் பரிசோதனை முயற்சிகள்

III. நவீன உலகில் ஜனநாயகம்

(அ) ஜனநாயகத்தின் அர்த்தம்.

(ஆ) பழங்கால, மத்திய கால இந்தியாவின் ஜனநாயக அமைப்புகள், சமூகங்கள்.

(இ) அமெரிக்கக் குடியரசின் வரலாறு.

(ஈ) ஃப்ரெஞ்சுப் புரட்சி

(உ) இந்திய அரசியல் சாசனத்தின் மேலோட்டமான சித்திரம். அதன் எல்லைகள்

(ஊ) ஐரோப்பாவில் ஜனநாயகம் ஒடுக்கப்பட்ட விதம்.

குறிப்பு: நவீன உலகம் குறித்த தெளிவான சிந்தனை உருவாக்கும் நோக்கில் முறையாக இந்த விஷயங்கள் சார்ந்து எளிய முறையில் விரிவாக இந்த விஷயங்களைப் புரியவைக்க வேண்டும்.

IV. சம கால நிகழ்வுகள்

(அ) இன்றைய உலக நிலை (பரந்த அளவில்)

(ஆ) சர்வ தேச நீதி மற்றும் அமைதிக்குப் பாடுபடும் சக்திகள்.

(1) ஐக்கிய நாடுகள் சபை, அதன் செயல்பாடுகள், தோல்விகள்

(2) சர்வ தேச அமைதி நிறுவனங்கள்

(3) சத்தியாகிரகம் ஓர் உலக சக்தியாக.

V. நவீன இந்தியா எதிர்கொள்ளும் பிரச்னைகள்

(அ) சமூகம்: கிராமப்புற மறுகட்டமைப்பு.

தீண்டாமை பிரச்னை மற்றும் ஹரிஜன இயக்கம்.

இஸ்லாமியரிடையேயான சமூக சீர்திருத்தம்.

நவீன இந்தியாவில் பெண்களின் நிலை.

(ஆ) அரசியல்: தேசிய இயக்கத்தின் வரலாறு (முந்தைய வகுப்பின் தொடர்ச்சி). அயல் நாட்டில் வாழும் இந்தியர்கள்.

(இ) பொருளாதாரம்: பிரிட்டிஷ் ஆட்சியில் கைவினைத் தொழில்கள், பிற தொழில் துறைகளின் வீழ்ச்சி.

இந்தியாவில் ஏழ்மை.

சுதேசி இயக்கத்தின் மூலமும் கிராமப்புறத் தொழில்

மேம்பாட்டு இயக்கங்கள் மூலமும் கைவினைத் தொழில்களை மேம்படுத்துதல்.

இந்தியாவில் நவீன தொழில்மயமாக்கத்தின் தொடங்க காலம்.

(ஈ) மொழி: இந்தியாவில் பல மொழிகள். தேசிய மொழியாக ஹிந்துஸ்தானி இருக்கவேண்டியதன் அவசியம்.

(உ) கலாசாரம்: இந்திய கலாசாரம் மற்றும் தேசியக் கல்வியின் மறுமலர்ச்சி.

VI. உலகின் பூகோளம்: பொருளாதாரம் அடிப்படையிலான அறிதல். பிற நாடுகளுடனான நம் தேசத்தின் பொருளாதாரத் தொடர்புகள்.

(கிராம சந்தை, மாவட்ட வணிக மையம் இவற்றைப் பற்றித் தெரிந்துகொள்வதில் இருந்து தொடங்கவேண்டும்)

(அ) நம் தேசத்திலும் உலகின் பிற நாடுகளிலும் நெசவுத் தொழிலில் பின்பற்றும் வழிமுறைகள், தொழில்நுட்பங்கள் (நூற்பு, நெசவு ஆகிய கைத்தொழில் வகுப்புடன் இணைந்து)

செய்முறை: ஆறாம் வகுப்பில் சொல்லப்பட்டிருப்பவற்றின் தொடர்ச்சி.

போது அறிவியல்

வகுப்பு – 1

1. அண்மைப் பகுதிகளின் பிரதான பயிர்கள், மரங்கள், விலங்குகள், பறவைகள் இவற்றின் பெயர்கள், அடையாளம் காணுதல்.

2. சூரியனை அடிப்படையாக வைத்து திசைகளைக் கண்டறிதல்; பருவ காலங்கள்; பருவ கால மாற்றங்களின் விளைவுகள்; மரங்கள், செடிகள், பறவைகள், பூச்சிகள், ஊர்வன, மனிதர்கள் மீதான சூரியனின் தாக்கம்.

   (அ) ஆண்டின் பல்வேறு காலகட்டங்களில் மரங்களின் நிறங்கள்; இலை உதிர் காலம்; தாவரத்தின் முக்கிய பாகங்கள்; இலை, தண்டு, வேர் இவற்றின் பயன்கள், வேறுபாடுகள்; தாவரச் சத்துகள் சேரும் விதம்; சேரும் இடம்; உருளைக்கிழங்கு, வெங்காயம்.

   (ஆ) வசந்தகாலம், மழைக்காலம் ஆகியவற்றைவிட, பூச்சிகள் குளிர் காலத்தில் குறைவாக இருப்பது ஏன்? மழைக்காலங்களில் பாம்புகள் நடமாட்டம் அதிகரிப்பது ஏன்? குளிர் காலத்தில் அவை எங்கு செல்கின்றன?

   (இ) மனிதர்களுடைய ஆடைகளில் ஏற்பட்டுவந்திருக்கும் மாற்றங்கள். உடைகள் மனிதர்களைக் குளிரில் இருந்து எப்படிப் பாதுகாக்கிறது?

3. காற்று எப்போதும் நம்மைச் சுற்றிலும் இருக்கிறது. மனிதர்கள் சுவாசிக்க காற்று அவசியம். காற்று இருந்தால்தான் உயிர் வாழமுடியும். வெளியிலும் வகுப்பறையிலும் காற்று வீசிக் கொண்டிருக்கிறது.

4. நீர் நிலைகள்-மூலங்கள் (ஆறு, ஊற்று, குளம், கிணறு); நீரோட்டம்; நீர் ஆவியாதல், சூரிய ஒளி, மேகங்கள்,

பனித்துளி, மழை. ஆவியாதல் மூலம் ஏற்படும் நீரிழப்பு.

5. நெருப்பு எரிய காற்று தேவை. நெருப்பிடம் எச்சரிக்கை தேவை; உடைகளில் நெருப்பு பற்றினால் ஓடாதீர்கள்.

6. தூய்மை பற்றிய விழிப்பு உணர்வை வளர்த்துக் கொள்வதன் அவசியம். உடம்பைத் தூய்மையாக வைத்துக் கொள்ளுங்கள். முகம், கைகள், நகங்கள், பல் இவற்றைச் சுத்தமாக வைத்துக்கொள்ளுங்கள். வேப்பங்குச்சியின் பயன்பாடு; உடைகளைத் தூய்மை செய்தல்; கிராமங்களில் கிடைக்கும் பல்வேறு பொருட்கள் கொண்டு துவைத்தல்.

7. ஆதி காலம் தொட்டு, உலகம் முழுவதுமான மனிதர்கள் சூரியன், சந்திரன், நட்சத்திரங்கள் இவற்றை எப்படியெல்லாம் அவதானித்துவருகிறார்கள்; காலம், திசை இவற்றை எப்படிக் கணிக்கிறார்கள்?

விவசாயிகள், பயணிகள், கடல் பயணிகள், மாலுமிகள், படைத் தளபதிகள் ஆகியோரின் வாழ்க்கை வரலாறு. வான சாஸ்திரத்தின் மூலம் அவர்களுக்குக் கிடைத்த நன்மைகள்.

சூரிய, சந்திர உதயங்கள், அஸ்தமனங்கள். சூரிய உதயத்தின்போது காலையில் மறையும் நட்சத்திரங்கள் மாலையில் சூரியன் மறைந்ததும் முளைத்து வருவதை மாணவர்கள் கவனிக்கும்படிச் செய்யவேண்டும்.

சந்திரனின் பல்வேறு நிலைகள். பௌர்ணமி, அமாவாசை; இந்நாட்களில் என்ன நடக்கிறது?

மறு நாள் சூரியன் எந்தப் புள்ளியில் உதிக்கும்; மறையும்; ஜன்னல் கம்பிகளின் நிழல் எதிரெதிர் திசைகளில் விழும் விதம். கோடைக்கால சம பகலிரவு நாள் (ஜூன் 22), குளிர் கால சம பகலிரவு நாள் (22 டிசம்பர்).

துருவ நட்சத்திரம், சப்த ரிஷி மண்டலம் (உர்ஸா மேஜர்) இவற்றைக் கண்டுபிடித்து வட கோடி முனையைக் கண்டறிதல்.

சூரிய கிரஹணம், சந்திர கிரஹணம் இவற்றை அவதானித்தல்.

மாணவர்கள் இந்த ஆய்வுகளைச் செய்ய வைக்கவேண்டும்.

அடிக்கடி வெளியிடங்களுக்கு அழைத்துச் செல்லவேண்டும். வானவியல் சார்ந்த நிகழ்வுகளைப் பார்க்க முன்கூட்டியே மாணவர்களைத் தயார்படுத்தவேண்டும்.

வகுப்பு – 2

1. அடையாளம் காணுதல்

(அ) மரம் செடிகளின் பொதுவான வடிவம், அளவுகள்

(ஆ) தண்டு, மரப்பட்டை வகைகள்

(இ) இலைகளின் பொதுவான வடிவம்

(ஈ) பூக்களின் வடிவம், அளவு, நிறம்

(உ) அருகில் இருக்கும் ஐந்து மரங்களின் கனிகள், விதைகள் ஆகியவற்றின் பொதுவான வடிவம், அளவு.

2. மேலே உள்ளவற்றில் அ-இ வரையானவற்றில் 10 காய்கள், தானியங்களை அடையாளம் காணவேண்டும். எப்போது பயிரிடுவார்கள், அறுவடை செய்வார்கள், பயிர் முளைக்க ஆகும் காலம் இவை பற்றித் தெரிந்துகொள்ளவேண்டும்.

3. குறைந்தது நான்கு வளர்ப்பு மிருகங்கள், மூன்று காட்டு விலங்குகளின் பொதுவான தோற்றம், இடம் பெயரும் விதம், உணவு, குரல் எழுப்பும் விதம். குட்டையில் வாழும் உயிர்கள்: தவளை, மீன்; அவை எப்படி சுவாசிக்கின்றன. தலைப்பிரட்டையில் இருந்து தவளை உருவாகும் விதம்.

4. பறவைகள்: பொதுவான வடிவங்கள், அளவு, நிறம்; பறக்கும் விதம். கூடு கட்டுதல், உணவு கொடுத்தல். முட்டையிடும் பருவம். அருகமைப் பகுதிகளில் தென்படும் ஐந்து முட்டைகளின் அளவு, வடிவம், நிறம். பள்ளியில் பறவைகளுக்கான தானியங்கள், தாக நீர்க் கலயங்கள் வைத்தல்.

5. காற்றில் தூசிகள் இருப்பதைத் தெரிந்துகொள்ளுதல்.. சூரிய ஒளி மிகுந்த நாளில் தூசி மிகுந்திருக்கும் காற்று; மணல் புயல்; பாதி வெளிச்சம் இருக்கும் அறையில் சூரிய ஒளித் தூண் உருவாக்குதல், தூசியினால் வரும் சுவாசப் பிரச்னைகள், தூசியின் அபாயங்களைக் குறைப்பது.

6. தண்ணீர் : தாவரங்கள், விலங்குகள், மனிதர்களுக்கு இதன் அவசியம். தூய்மையான அசுத்தமான தண்ணீரின் குணங்கள்; விளைவுகள். நீரால் பரவும் நோய்கள். கிராமத்துக் கிணறு.

(1-6 இவையெல்லாம் நேரடியாகச் செய்து பார்க்கப்பட வேண்டும். எதைக் கூர்ந்து கவனிக்கவேண்டும் என்று ஆசிரியர்கள் வழிகாட்டவேண்டும்)

7. சுவாசப் பயிற்சி, தூய காற்றின் அவசியம்; நல்ல தூக்கத்தின் அவசியம்.

8. நாள், மாதம், வருடம் எல்லாம் ஒரே மாதிரியான அளவு கொண்டவை அல்ல; வானியல் நிகழ்வுகள் சார்ந்து மாறக்கூடியவை.

பூமி தன் அச்சில் ஒரு முறை சுழல்வதால் பகலும் இரவும் கொண்ட ஒரு நாள் உருவாகிறது. ஒரு நாளானது 24 மணித் துளிகள் அல்லது 60 நாழிகைகள் கொண்டது. பிந்தையதுதான் மிகவும் இயல்பான கால அலகு.

பூமியை, சந்திரன் சுற்றிவருவதன் அடிப்படையில் மாதம் கணக்கிடப்படுகிறது. பௌர்ணமியில் தொடங்கி அமாவாசை வரை அல்லது அமாவாசையில் தொடங்கி பௌர்ணமி வரை என இது கணக்கிடப்படுகிறது. ஒரு மாதத்துக்கு சராசரியாக 30 நாட்கள்.

பருவங்கள் : கோடை காலம், இலையுதிர் காலம், வசந்த காலம், மழைக்காலம், குளிர்காலம்.

சந்திர, சூரிய கிரஹணங்கள். அவை எதனால் ஏற்படுகின்றன?

வகுப்பு – 3

1. பயிர்களுக்கு உணவு, தண்ணீர், சூரிய ஒளி தேவை.

வெவ்வேறு பாத்திகளில் வெவ்வேறு உரங்கள், தண்ணீர், சூரிய ஒளியின் அளவில் வேறுபாடு என பரிசோதனை செய்து விளைச்சலை ஒப்பிட்டுப் பார்க்கவேண்டும்.

திரவத்தின் கரைக்கும் திறன். தாவரங்களின் உணவு திரவங்களில் மேலேறும் விதம்; வேர்கள், தண்டுகள், இலைகள், மலர்கள், விதைகள் இவற்றின் செயல்பாடுகள்.

2. விதைகளும் முளைவிடுதலும். குறைந்தது மூன்று விதைகள் கீழ்க்கண்டவற்றில் இருந்து

(அ) கோதுமை, பார்லி

(ஆ) பட்டாணி, பருத்தி, பருப்புவகைகள்

(இ) வேம்பு, ஆமணக்கு

இரு வித்திலைத் தாவரம், ஒரு வித்திலைத் தாவரம் இவற்றுக் கிடையிலான வேறுபாடுகள். மண்ணுக்குள் முளைவிடுதல், மண்ணுக்கு மேல்முளைவிடுதல்.

விதைப் பரவல். காற்று, விலங்குகள், பழங்கள், தண்ணீர்.

3. மூன்று வளர்ப்பு விலங்குகள் பற்றி விரிவாகப் படிக்கவேண்டும்: பசு, பூனை, நாய். கன்றுகள்,குட்டிகளை அவை கவனித்துக்கொள்ளும் விதம்.

4. அக்கம் பக்கத்தில் வசிக்கும். சிலந்திகள், பூச்சிகள்; அவற்றை இனம் காணுதல். அவற்றின் உணவு, வீடு, பழக்க வழக்கங்கள். ஈ. முட்டையில் இருந்து லார்வா, அடுத்த கட்டம். கூட்டுப் புழு, ப்யூபாவில் இருந்து வண்ணத்துப் பறவை. ஈக்கள் வளரும் இடம். நோய்களைப் பரப்பும் விதம். வீடுகளை மொய்க்கும் கொசு, ஈக்களை விரட்ட என்னவகை தாவரங்களை நடவேண்டும்.

5. உள்ளிழுக்கப்படும் காற்று, வெளிவிடும் காற்று இரண்டின் வேறு பாடு தொடர்பான பரிசோதனைகள்; காற்றோட்டத்தின் முக்கியத்துவம்.

6. தூய்மையான, அசுத்தமான தண்ணீரின் குணங்கள்; நீரை எப்படி சுத்திகரிப்பது; வடிகட்டுதல், கொதிக்கவைத்தல், குளிர்வித்தல்.

7. வீட்டில் தூய்மையின் அவசியம். கழிவுகளை அகற்றுதல். சாணம், மலம். அவற்றை உரங்களாகப் பயன்படுத்துதல்.

8. முழுமையான ஊட்டச் சத்து நிறைந்த உணவு. நேரம் தவறாமல் உண்ணுதல். முறையான, போதிய உறக்கம். உடற்பயிற்சிகள்.

9. மூன்றாம் நான்காம் வகுப்புகளுக்கானவை:

   ஒன்றாம் வகுப்புக்கான எண் ஏழில் சொல்லப் பட்டிருப்பதையும் இரண்டாம் வகுப்புக்கான எண் எட்டில் சொல்லப்பட்டிருப்பதையும் விரிவாகப் படிக்கவேண்டும்.

   பல்வேறு முக்கியமான நட்சத்திர மண்டலங்கள், விசித்திரமான உருவங்கள் பற்றித் தெரிந்துகொள்ள வேண்டும்.

நட்சத்திர அமைப்புகள், மண்டலங்களின் படங்களை மாணவர்கள் வரையவேண்டும். அவர்களே புதிதாக வானில் பார்த்து புதிய அமைப்புகளை, உருவங்களை வரைலாம்.

வகுப்பு – 4

1. தாவரவியல் : நீர் மற்றும் உயிர்ச் சத்துகளைக் கொண்டு செல்லும் ஊடகமாக, சுவாச உறுப்பாக, கரிமத்தை உட்கொள்ளும் உறுப்பாக இலைகள் செயல்படும் விதம்.

   வேர்கள் மற்றும் அவற்றின் செயல்பாடுகள். சல்லிவேர்கள், வேரால் நீர் உறிஞ்சப்படும் விதம்.

2. கிராமத்துக் குட்டை: நீர் பறவைகள். அவற்றின் உணவு, வாழிடங்கள், கூவும் குரல்கள், எங்கு, எப்படி முட்டைஇடுகின்றன? வலசை போதல்.

3. பூச்சிகளின் வாழ்க்கை: கொசு. முட்டையில் இருந்து கொசுவாக மாறுவது வரை. கொசுவினால் வரும் நோய்கள். எங்கு அவை இனப்பெருக்கம் செய்கின்றன. மலேரியாவும் அதைத் தடுக்கும் வழிகளும். மலேரியாவினால் கிராமங்களில் ஏற்படும் துயரம், இழப்புகள். தேனீ, எறும்புகள்: வேலைப் பங்கீடு, சமூக அமைப்பு,

4. சிலந்திகள், தேள்கள், பாம்புகள். சிலந்திகளின் குணங்கள். பூச்சிகளிடமிருந்து அவற்றைப் பிரித்துப் பார்ப்பது எப்படி? மனிதர்களுக்குப் பூச்சிகள் செய்யும் நன்மைகள். தீமை விளைவிக்கும் பூச்சிகளை அழித்தல்.

   விஷமுள்ள, விஷமில்லாத பாம்புகளை அடையாளம் காணுதல். விவசாயிகளுக்கு விஷமில்லாத பாம்புகள் உதவும் விதம். தேள், பாம்பு கடித்தால் செய்யவேண்டிய முதலுதவி.

5. பருப்பொருளின் மூன்று நிலைகள். தண்ணீர் திடப்பொருளாக, திரவமாக, ஆவியாக இருப்பது. வடிகட்டுதல், இறுகச் செய்தல்.

6. காற்றும் ஒரு பருப்பொருளே என்று நிரூபிக்கும் சோதனைகள். காற்று, வெளியை ஆக்கிரமிக்கும் விதம். காற்றுக்கு எடை உண்டு. அதுவே அழுத்தத்தை உருவாக்குகிறது. வாயுக்கள், திரவங்கள், திடப்பொருட்கள் எல்லாம் வெப்பநிலை மாறும்போது சுருங்கி விரியும் தன்மைகொண்டவை என்பதை

விளக்கும் பரிசோதனைகள். நீராவி எப்படிக் குளிர்ந்து நீர்த் திவலைகள் ஆகிறது என்பதை விளக்கும் பரிசோதனை.

7. மனித உடலியல் : சுவாசம், ரத்த ஓட்டம், குடல் இயக்கம். பொதுவான நோய்கள், தொற்று நோய்கள்: காலரா, பிளேக், பெரியம்மை, சின்னம்மை, மலேரியா.

   நோய்கள் எதனால் ஏற்படுகின்றன; அவை பரவுவதை எப்படித் தடுக்கலாம்?

8. மூன்றாம் வகுப்புக்கான 9-ம் எண் விவரங்களின் அடுத்த கட்டப் படிப்பு.

வகுப்பு – 5

1. தாவரங்கள், விலங்குகள் தொடர்பான பாடங்களின் அடுத்த கட்டம். கீழ்க்கண்டவற்றின் அடிப்படையில்

   (அ) மலர்கள், அவற்றின் பாகங்கள், செயல்பாடுகள்.

   (ஆ) விதைகள், அவற்றின் பாகங்கள், செயல்பாடுகள்

   (இ) விதை, கனி உருவாகும் விதம்

   (ஈ) கனிகள், விதைகள் பரவும் விதம்.

   (உ) விதைப் பரவலில் பூச்சிகள், பறவைகளின் பங்கு

   (ஊ) விஷமுள்ள, விஷமற்ற பாம்புகள். விஷக்கடியின் அறிகுறிகள். பாம்பு, நாய்க்கடிக்கான முதலுதவி.

2. பல்வேறு விதமான உணவுகள் அவற்றின் சத்துகள். ஜீரணமாதல், ஜீரண உறுப்புகள், செயல்படும் விதம். எதைச் சாப்பிடவேண்டும்; எப்போது சாப்பிடவேண்டும். அனைவருக்கும் ஒரே பொதுவான கோப்பை, அதன் அபாயம்.

3. காற்று: அதன் உட்பொருட்கள், தூசிகள், அதைத் தூய்மைப்படுத்தும் விதம், மரங்கள் காற்றைச் சுத்தப்படுத்தும் விதம். பலர் இருக்கும் அறையில் உள்ள காற்றின் தன்மை, காற்றோட்டத்தின் வழிகள், வறட்சி, வெளியின் அழுத்தம்.

4. தண்ணீர்: அதன் உட்பொருட்கள்; சுத்தப்படுத்தும் வழிகள்; அசுத்தமான தண்ணீரினால் ஏற்படும் காலரா, வயிற்றுப் போக்கு, டைஃபாய்ட், வயிற்றுப் பூச்சி நோய்கள். அவற்றைத் தடுக்கும் வழிகள். பாதுகாப்பு வழிகள்.

கரைசல்கள்; கரையும் தன்மை, பூரிதக் கரைசல், படிகங்கள்.

5. காந்த ஊசி. காந்தங்கள். காந்தத்தின் தன்மைகள்.

6. இடி, மின்னல், உராய்வு மின்சாரம், எளிய மின் சேமக்கலம்

7. புகழ் பெற்ற விஞ்ஞானிகள், அவர்களுடைய கண்டுபிடிப்புகள், உண்மையின் தேடல் பற்றிய கதைகள்.

8. சூரியக் குடும்பம் : நவ கிரஹங்கள். விண் கற்கள், கிரஹங்கள், அவற்றின் துணை கிரகங்கள், நிலாக்கள், சனி கிரஹத்தின் வளையம். விண்வெளி தூசியில் பட்டுப் பிரதிபலிக்கும் சூரிய ஒளி.

நிலவின் புவியியல் : சந்திரன் பூமிக்கு மிக அருகில் இருக்கும் நாட்கள், சூரியனுக்கு அருகில் பூமி வரும் நாட்கள்.

வகுப்பு – 6, 7

1. முந்தைய வகுப்புகளில் படித்தவற்றின் மறு வாசிப்பு.

2. அமிலங்கள், காரங்கள், உப்புகள் இவற்றின் ஆய்வு. அன்றாட வாழ்வில் பயன்படுத்தும் உதாரணங்களில் இருந்து.

3. மனித உடலின் முழுமையான படிப்பு, அவற்றின் செயல்பாடுகள். மனித உடல் ஒரு கோட்டை:

(அ) அதன் வெளிப்புறச் சுவர்: தோல்

(ஆ) கோட்டைக் காவலர் : உணர்வு உறுப்புகள், பார்வை, ஒலி, மணம், சுவை, ஸ்பரிசம்.

(இ) கோட்டை

(1) காற்று – சுவாச அமைப்பு

(2) காற்று, ரத்தம், உணர்ச்சி சுழற்சி அமைப்பு

(3) உணவும் அது ஜீரணமாகும் விதமும்

(ஈ) கழிவு – மல, ஜலம்

(1) தோல்

(2) சிறுநீரகம்

(3) மூச்சு

(4) குடல்

(5) நோய் எதிர்ப்புப் படை – பாக்டீரியா

(6) அதிகாரிகள் – உளவுத்துறை – நரம்பு மண்டலம்

4. இந்த இரண்டு ஆண்டுகளில் உடல் நலம் தொடர்பான பாடங்கள் மிகவும் அதிகமாக இருக்கவேண்டும். நோய் வரும் முன் காப்பாற்றுதல், ஆரோக்கிய மேம்பாடு.

தனி நபர் மற்றும் சமூகக் கடமை. உடல் ஆரோக்கியத்துக்கு தூய்மையான சுற்றுச் சூழல்;

நோய்க்கான காரணங்கள். அறியாமை, கவனமின்மை, ஏழ்மை, உணவு, பானங்கள் அளவுக்கு அதிகமாக உட்கொள்ளுதல், அதிக வேலை, அதீத கேளிக்கை.

புற்று நோய், என்புருக்கி நோய், தொழுநோய்: ஏற்படும் விதம், அறிகுறிகள், தடுப்பு வழிகள். தனிப்பட்ட வேதனை, சமூகப் பங்களிப்பு இழப்பு.

தனி நபர்களின் விழிப்பு உணர்வு, சமூகப் பொறுப்புணர்வு (மாணவர்கள் இந்த இரண்டு ஆண்டுகளில் கிராமப்புறங்களில் சுகாதார விழிப்பு உணர்வு முகாம்கள் நடத்த வேண்டும்).

5. பள்ளியை விட்டுச் செல்லும்போது கீழ்க்கண்ட விஷயங்கள் தெரிந்திருக்கவேண்டும்

அ. தினமும் குளித்தல்

ஆ. தினமும் உடற்பயிற்சி செய்தல்

இ. தூய்மையான காற்று, சுவாசப் பயிற்சி (யோகா)

ஈ. அனைத்திலும் மிதமான துய்ப்பு

உ. சிரிக்கும் குணம்

6. பூமியின் கதை, பரிணாம வளர்ச்சி. எளிய மொழியில்

7. இயற்கை மீதான மனிதர்களின் வெற்றி. நோய்க் கட்டுப்பாடு. தகவல் தொடர்புகள், தொழில் துறைகள்.

8. வீடுகளில் பயன்படுத்தும் எளிய கருவிகள். கப்பிகள், நெம்புகோல்கள், ஸ்க்ரூ; ஊசல் கடிகாரம், நீராவி இன்ஜின், உள்ளெரி இன்ஜின், காந்தம், காந்தப் புலம், மின் கலம், மின்சாரம், மின்சார மணி.

9. காயம்பட்டவர்களுக்கு முதலுதவி : காயங்கள், வெட்டுகள், சிராய்ப்புகள், தீப்புண், மூக்கில் அடி படுதல், நாய்க் கடி,

பாம்புக் கடி, எலும்பு முறிவு, எலும்பு இடம் பெயர்ந்துவிடுதல். பேண்டேஜ் கட்டுதல், மாவுக்கட்டு போடுதல். கண்ணில் தூசி விழுதல், காது, மூக்கில் குச்சி, கம்பு, சிராய் போன்றவை நுழைந்துவிடுதல்; நீரில் மூழ்குதல், செயற்கை சுவாசம், காயம்பட்டவர்களை, சிகிச்சைக்குக் கொண்டு செல்லுதல்.

10. ஐந்து முக்கியமான விஞ்ஞானிகள் மற்றும் அவர்களுடைய 'சத்திய சோதனைகள்'.

11. புவி ஈர்ப்பு விசை. பூமியைச் சுற்றும் நிலவு. வெள்ளி கிரகத்தின் நகர்வு. எரி நட்சத்திரங்கள். நெபுலா

வானியல் தொலைவு – ஒளி ஆண்டுகள் – நட்சத்திரங்களின் தொலைவு. ஒளி மிகு நட்சத்திரங்கள். அவற்றின் தொலைவுகள். பால்வீதி என்றால் என்ன? நெபுலாவின் வடிவங்கள்.

நாட்காட்டி. சூரிய, சந்திர நாட்காட்டிகள். லீப் ஆண்டு. போப் கிரிகேரியின் ஆண்டு கணிப்பு சீர்திருத்தம், காலக் கணக்கில் நவீன சீர்திருத்தங்கள்.

சூரியன், நட்சத்திரங்களைப் பார்த்து பகல், இரவில் நேரத்தைக் கணிக்கும் விதம். சந்திரனைப் பார்த்து நாட்களைக் கணக்கிடுதல். சந்திரனின் இடத்தை வைத்து மாதத்தைக் கண்டுபிடித்தல். நடத்திரங்களை வைத்து பருவ காலத்தைக் கணித்தல். நட்சத்திரங்களில் இருந்து திசைகளைக் கண்டறிதல்.

நவீன சாதனைகள். நிறப்பிரிகை ஆய்வுகள், உஜ்ஜைனி, ஜெய்பூர், செகந்தராபாத், கொடைக்கானல், க்ரீன்விச், மௌண்ட் வில்சன் கோளரங்கங்கள். நட்சத்திரங்களுக்குள் இருப்பது என்ன?

ஓவியப்பாடம்

வகுப்பு : 1

நிறங்களைப் பிரித்தறிதல். சிவப்பு, பச்சை மஞ்சள், கறுப்பு ஆகிய நிறங்களை இனம் காணுதல். பூக்கள், மரங்கள், கனிகள், பறவைகளின் நிறங்களை அடையாளம் காணுதல்.

நிறங்களின் சரியான பெயர்கள். வண்ணம் தீட்டுதல்.

வடிவங்களை அறிந்துகொள்ளுதல்.

காகிதத்தில் நீல வானம், பச்சைப் புல்வெளிகள் வரைந்து வெட்டி ஒட்டுதல்.

பல்வேறுவிதமான இலைகளை வரைந்து அவற்றுக்கு இணையான வடிவங்களைக் கற்றுத் தருதல்; அரச மர இலை, வாழை இலை.

காய், கனிகளின் வடிவங்கள். உதா: கத்தரிக்காய், பூசணி, கேரட், மாம்பழம்.

அக்கம் பக்கத்தில் இருக்கும் பொருட்களை வண்ணப் பென்சிலால் வரைதல்.

குறிப்பு : முழு கையையும் நன்கு அசைத்து வரையும்படிக் கவனமாகக் கற்றுத் தரவேண்டும்.

வகுப்பு : 2

அன்றாடப் பாடங்களுக்குத் தொடர்பான பொருட்களை வரைந்து பழகுதல். கறுப்பு, மஞ்சள் க்ரேயான்களை அதிகம் பயன்படுத்துவது நல்லது. முக்கோணங்கள், வட்டங்கள், அரை

வட்டங்கள் இவற்றின் விளிம்புகளுக்கு வண்ணப் பென்சில்களைப் பயன்படுத்தலாம். எளிய பூவின் பாகங்களை படம் வரைந்து வண்ணம் தீட்டி வெட்டி ஒட்டலாம்.

ஆறுகள், மரங்கள், பறவைகள் நிறைந்த இயற்கைக் காட்சிகள்: வண்ணப் பென்சில், க்ரேயான்களைப் பயன்படுத்தலாம்.

மரங்கள், வெட்டப்பட்ட மரங்களின் ஓவியங்கள் (இழை தழைகளுடன்).

விலங்குகள் (சரியான நிறத்துடன்), காய், கனிகள் இலை தழைகளுடன்

கை லாகவமாக வரையும்படியாகப் பயிற்சி கொடுக்கவும்.

வகுப்பு : 3

பிற பாடங்களில் பயன்படும் பொருட்கள், வீடுகளில் பயன்படுத்தும் பொருட்களை நினைவில் இருந்து வரைதல்

வீட்டில் நடக்கும் நிகழ்சிகளை வரைதல்

மரங்கள், வீடுகள், விலங்குகள் இவற்றின் ஓவியங்கள்.

சதுரங்கள், நீள் சதுரங்கள், வட்டங்கள் ஆகியவற்றின் விளிம்புகளை ஆரஞ்சு, பச்சை, ஊதா என் பல நிறங்களால் அலங்கரித்தல்.

சிவப்பு-நீலம், நீலம் மஞ்சள் என இரண்டு நிறங்களைக் கலந்து மூன்றாவது நிறத்தை உருவாகுதல்.

வகுப்பு : 4

இயற்கைக் காட்சிகள், மலர்கள், இலைகள் வண்ணத்துப் பறவைகள்

இயற்கைக் காட்சிகள், பொருட்களின் ஓவியங்களில் முப்பரிமாணங்களைக் கொண்டுவருதல். அருகில் இருக்கும் மரம், தொலைவில் இருக்கும் மரம் இரண்டையும் ஒரே காகிதத்தில் வரைதல்

வடிவியல் வடிவங்களைக் கொண்டு பூக்கள், இலைகள்

ஆகியவற்றை வரைதல்.

கோலங்கள், ரங்கோலி, அலங்கர வடிமைப்பு என் உள்ளூர் மரபுக்கு உகந்தவற்றை வரைதல்.

ஓவியங்களை ஒத்திசைவான பின்னணியில் மாட்டுதல்

குழந்தைகள், விலங்குகள், பறவைகள் ஓடுதல், பறத்தல் என அசையும் வகையில் வரைதல். தீப்பெட்டிக் குச்சிகளைப் பயன்படுத்தி அசைவுகளைக் காட்சிப்படுத்தலாம்.

சமூகவியல் பாடங்கள் சிலவற்றை விளக்கும் ஓவியங்கள் வரையலாம். பொது அறிவியல் தொடர்பான படங்களும் வரையலாம்.

வகுப்பு : 5

காட்சிகளைக் கூர்ந்து கவனித்தல், உள்ளபடியே வரைதல் ஆகியவற்றுக்கு மிகுந்த முக்கியத்துவம் தரவேண்டும். முந்தைய வகுப்புகளில் கற்றுக் கொண்டவற்றை மீண்டும் முழுமையாகப் பயிற்சி செய்து பார்க்கவேண்டும்.

பொருட்களின் அளவுகளின் விகிதாசாரம், அமைப்பு, தொடர்புகள், நிறங்கள் இவற்றை நன்கு கவனமாகக் கற்றுக் கொள்ளவேண்டும்.

நிறங்களின் பல்வேறு அடுக்குகள், சாயல்கள், மென் நிறம், அடர் நிறம், நிற அட்டவணைகள்.

ஒரு இலையைப் பல கோணங்களில் வைத்து வரைதல், பென்சில், பேனா, க்ரேயான் என பல எழுது பொருட்கள் கொண்டு வரைதல்.

புத்தக அட்டைக்கான இயற்கைக் காட்சிகள், கோட்டோவிய விளிம்புகளுக்கு வண்ணம் தீட்டுதல்.

சமூகவியல், அறிவியல், இலக்கிய பாடங்களின் நிகழ்வுகளை ஓவியமாக வரைதல்.

உருவப்படும், சலனப்படம் (அசையும் படம்), ஓடும் விலங்குகள்

பள்ளி நாள் கொண்டாட்டத்துக்கான போஸ்டர்கள்.

வகுப்பு : 6

பொருட்களின் ஓவியம், வடிவ அலங்காரம் ஆகியவற்றைத் தொடர்ந்து பயிற்சி செய்யவும்.

முதல் வகுப்பு மாணவர்களுக்கு விலங்குகள் புத்தகம் ஒன்றை உருவாக்கி ஏதேனும் விழா நாட்களில் பரிசாகக் கொடுக்கவும்.

கூட்டாகச் சேர்ந்து சமூக சேவை விழிப்பு உணர்வு முகாமுக்கு போஸ்டர்கள் தயாரிக்கவும்.

கட்டுமானங்களில் அலகுகளின் பயன்பாடு, உருவங்களைச் சிறியதாகவும் பெரிதாக்கியும் வரைதல்.

வகுப்பு : 7

உருவ ஓவியங்கள், அலங்காரங்கள் ஆகியவற்றைத் தொடர்ந்து கற்றுக் கொள்ளவும்.

இரண்டாம் வகுப்பு மாணவர்களுக்கு இயற்கைக் காட்சிகள் தொடர்பான ஓவியங்களைக் கொண்டு ஒரு புத்தகம் உருவாக்கி பரிசாகத் தரவும். முகப்பு பக்கத்தை நன்கு அலங்கரிக்கவும்.

கிராமங்களில் நடத்தும் சமூக விழிப்பு உணர்வு முகாமுக்கான போஸ்டர் தயாரிக்கவும்.

திடப் பொருட்களின் குறுக்கு வெட்டுத் தோற்றங்கள்.

ஓவியங்கள், பொருட்களின் பாகங்கள், கைத்தொழில் வகுப்பு நேரத்தில் உற்பத்தி செய்யப்படவேண்டும்.

முதல் மூன்று வகுப்பு மாணவர்கள் வான வில்லின் நிறங்களை முடிந்த அளவுக்கு அதிகம் பயன்படுத்தவேண்டும். கறுப்பு, வெள்ளை நிறங்கள் அடுத்த வகுப்புகளில் அறிமுகப்படுத்தப் பட்டால் போதும். ஏழாண்டுகள் முழுவதும் நல்ல அலங்கரங்களை நகல் எடுத்தல், ஓவியங்கள் வரைதல் ஆகியவற்றைத்தொடர்ந்து கற்றுக்கொள்ளவேண்டும்.

நெசவு மற்றும் நூற்பு பாடத்திட்டத்தில் பிற பாடங்களுடன் தொடர்பு

நாங்கள் இங்கு வரையறுத்துத் தந்திருக்கும் பாடத்திட்டத்தில் ஒவ்வொரு பாடத்துடனும் நெருக்கமான இணைப்பையும் தொடர்பையும் கொண்டுவந்திருக்கிறோம். அந்தப் பாடங்களை யெல்லாம் மாணவர்களின் அன்றாட வாழ்க்கை மற்றும் வாழ்க்கைச் சூழலுடன் தொடர்புபடுத்தவும் செய்திருக்கிறோம். கைத்தொழில் ஒன்றை, பள்ளிக் கல்வியின் அடிப்படை அம்சமாக வடிவமைத்திருக்கிறோம். இதன் மூலம் குழந்தைகளுக்கு கல்வி என்பது வெறும் ஏட்டுக் கல்வியாக இருந்துவிடாமல் செய்முறைப் பயிற்சிமுலமாக தெளிவாக வலுவாகக் கற்றுக் கொள்வதற்கான வாய்ப்புகளையும் சூழலையும் உருவாக்கியிருக்கிறோம். மாணவர்களின் சமூகச் சுற்றுச்சூழல், அவர்களுடைய பௌதிக (தொட்டடுத்த) சுற்றுச்சூழல், இரண்டையும் இணைக்கக்கூடிய கைத்தொழில் ஆகிய மூன்றையும் அடிப்படையகக் கொண்டு இந்தக் கல்வித் திட்டத்தை வடிவமைத்திருக்கிறோம்.

ஒவ்வொரு வகுப்பிலுமான பாடங்களின் பல்வேறு அம்சங்களை அடிப்படைக் கைதொழிலுடன் தொடர்புபடுத்துவதற்கான சாத்தியக்கூறுகளை இங்கு பட்டியலிடுகிறோம். ஏட்டுக் கல்வியின் கணிசமான விஷயங்களைக் கைத்தொழில் கல்வியுடன் தொடர்பு படுத்தமுடியும் என்பதை எடுத்துக்காட்டவிரும்புகிறோம்.

பின்வரும் பக்கங்களில் அடைப்புகுறிக்குள் இடம்பெற்றிருக்கும் எண்கள் பல்வேறு வகுப்புகளின் அடிப்படைப் பாடங்களுடன் தொடர்புடையவை.

மாணவர்களின் சமூகச் சூழல், தொட்டடுத்த சுற்றுச்சூழல் ஆகியவற்றுடனான தொடர்புகள் பற்றி சமூகவியல் மற்றும் பொது அறிவியல் பாடங்களில் ஏற்கெனவே விரிவாகத் தரப்பட்டுள்ளன.

வகுப்பு : 1

கணிதம்

கை ராட்டையில் நூற்ற நூலை நூல் கண்டில் சுற்றும்போது எத்தனை சுற்றுகள் என்பதை எண்ணிக் கொள்ளவேண்டும். நூற்புக்குத் தரப்பட்டிருக்கும் பஞ்சு இழைகளை எண்ணிக்கொள்ள வேண்டும். தக்ளிகள், நூல்கண்டுகள் மற்றும் தொடர்புடைய பொருட்களை எண்ணிக் கற்றுக்கொள்ளவேண்டும்.

கை விரல்களைக் கொண்டு எண்களை எண்ணிக்கொண்டு, தசம எண் முறையைப் பற்றிய அடிப்படைக் கோட்பாடுகளைக் கற்றுத் தரவேண்டும். தக்ளிகள், நூல் கண்டுகள், பருத்தி பொதிகள், இவற்றை பத்தின் மடங்காகக் கற்றுத் தரவேண்டும். பயிற்சியின் போது மாணவர்களை, பத்து பேர் கொண்ட குழுக்களாகப் பிரித்து நூற்புக்கான பருத்தி, பஞ்சு பொதிகளை, பத்தின் மடங்காகக் கொடுக்கவேண்டும்.

நூற்பு தொடர்பான போட்டிகளில் பெறும் மதிப்பெண்கள், பல்வேறு பொருட்கள் ஆகியவற்றைக்கொண்டு கூட்டல் அட்டவணைகள் உருவாக்கிக் கொள்ளலாம். அவற்றைப் பல்வேறு எண்ணிகையிலான பொதிகளாக அடுக்கி வைத்து கூட்டல் பாடங்களைக் கற்றுத் தரலாம்.

நூற்புக்குக் கொடுத்த பஞ்சு இழைகளின் எண்ணிக்கையை நூற்று முடித்தபின் எஞ்சியிருக்கும் இழைகளில் இருந்து கழித்து, கழித்தல் பாடம் கற்றுத் தரவேண்டும்.

பஞ்சு, நூல், பொதிகள் ஆகியவற்றின் எடை, நீளம் போன்ற அலகுகளைக் அளந்து கற்றுத் தரவேண்டும்.

குறிப்பு: 160 சுற்றுகள் கொண்டது ஒரு லட்டி. 16 சுற்றுகள் கொண்டது ஒரு கலி. தார் என்பது நான்கு அடி கொண்ட ஒரு சுற்று. எனவே 160 வரையிலான எண்களை முதல் வகுப்பில் கற்றுக் கொள்ளலாம்.

சமூகவியல் பாடம்

இலைகள், மரப்பட்டைகள், விலங்குகளின் தோல் ஆகியவற்றாலான ஆதி கால ஆண் பெண்களின் உடைகள்.

காலப்போக்கில் மர உரி, பருத்தி, பட்டு என மாறி வந்த விதம். அரபு நாடுகள், ஐரோப்பா, எஸ்கிமோக்கள், ஆஃப்ரிக்க பிக்மி-குள்ள மனிதர்கள் போன்ற பல்வேறு பகுதிகளில் வாழும் ஆண்கள், பெண்களின் உடைகள். குளிர் மற்றும் வெப்ப பிரதேச உடைகளின் வேறுபாடுகள். ஆடைகளின் தூய்மையின் அவசியம்.

பொது அறிவியல்

பருத்திச் செடியின் பல்வேறு பாகங்கள், பருவ நிலைக்கு ஏற்ப உடைகளில் ஏற்படும் மாற்றங்கள். வெப்பம் மற்றும் குளிரில் இருந்து உடைகள் எப்படி நம்மைப் பாதுகாக்கின்றன? பஞ்சு சுத்தம் செய்தல், நூற்றல் ஆகியவற்றின் மீது சுற்றுப்புற ஈரப்பதம், வெப்பம், குளிர் ஆகையவை செலுத்தும் தாக்கம். பருத்தியைச் செடியில் இருந்து பறிக்க உகந்த நேரம் (காலை). பருத்தி விதை முளைத்து வளர்வது பற்றிய பரிசோதனை.

ஓவியம்

பருத்திச் செடி, விதை, பூ, பருத்தி காய் ஆகியவற்றின் படம்.

தாய்மொழி

கைத்தொழில் கருவிகள், பருத்திக் காயில் இருந்து பஞ்சு பிரித்தெடுத்தல், தூசி தும்புகளை அகற்றுதல், தக்ளியில் நூல் நூற்றல் ஆகியவற்றின் பெயர்களைக் கற்றுக் கொள்ளுதல். நூற்பு, நெசவுத் தொழில், பருத்தி நடவு, அறுவடை ஆகியவற்றுடன் தொடர்புடைய நாட்டுப்புறப்பாடல்களைக் கற்றுக் கொள்ளுதல்.

வகுப்பு : 2

கணிதம்

நூல் பொதியில் அடுத்த பெரிய அலகு 640 சுற்றுகள் கொண்டது. எனவே, அடுத்தகட்டமாக 640 வரையிலான எண்களைக் கற்றுக்கொள்ளவேண்டும்.

நூல் நூற்பு, கண்டு சுற்றுதல் மற்றும் பஞ்சு இழை தயாரிப்பு தொடர்பான பயிற்சிகளில் கூட்டல், கழித்தல் அட்டவணை களைக் கற்றுக்கொள்ளவேண்டும்.

நூல் நூற்பு, நூல் கண்டு சுற்றுதல் ஆகியவற்றின் மூலம் எளிய கணக்குப் பாடங்களைப் பயிற்சி செய்து பார்க்கலாம்.

அடிப்படைக் கைத்தொழிலில் மேற்கொள்ளப்படும் நீள அகலம், எடை தொடர்பான அளவீடுகளை ஒன்றாம் வகுப்பில் படித்தவற்றைத் தாண்டி அடுத்தகட்டப் பாடங்களைக் கற்றுக் கொள்ளவேண்டும். உள்ளூரில் என்னவிதமான அளவீடுகளைப் பயன்படுத்துகிறர்களோ அவற்றை முதலில் கற்றுக்கொள்ளவேண்டும்.

பெருக்கல் வாய்ப்பாடுகளை பத்து, ஐந்து, இரண்டின் மடங்குகளாகக் கொண்டு கற்றுக் கொள்ளவேண்டும்.

சமூகவியல் பாடங்கள்

பழங்குடி மனிதர்களின் இன்றைய உடைகள், பழங்குடி கால உடைகள், தூர தேசங்களில் அணியும் உடைகள், கிராமத்தில் பல்வேறு வர்க்கங்களைச் சேர்ந்தவர்கள் அணியும் உடைகள், அணியும் பாணிகள் (எளிய குறைவான உடை – அதிகப்படியான உடை; சுதேசி உடை – அந்நிய உடை)

பொது விஞ்ஞானம்

பருத்திச் செடியின் வடிவம், அளவு. செடியின் தண்டு, மரப்பட்டை; பருத்தியின் இலையின் வடிவம். பூவின் நிறம், அளவு, வடிவம்.; விதைக்கும் பருவம், அறுவடை செய்யும் பருவம். தூசி படியாமல் தடுக்கும் பருத்தி பிளக்குகள்.

ஓவியம்

பருத்திச் செடி, பருத்திப் பூ, காய்.

தாய் மொழி

கைத்தொழிலில் மேற்கொள்ளும் செயல்பாடுகளை வாய்மொழி யில் விவரித்தல். சமூகவியல், பொது அறிவியல் போன்ற பாடங்களில் இடம்பெற்றிருக்கும் விஷயங்களை வாசித்துப் பழக தனி புத்தகங்கள் கொடுக்கவேண்டும்.

கைத்தொழிலில் பயன்படுத்தும் கருவிகளின் பெயர்கள், செயல்முறைகள் ஆகியவற்றை எழுதிப் பழகவும். அவை பற்றி சிறிய வாக்கியங்களும் எழுதிப் பழகவும்.

வகுப்பு : 3

கணிதம்

கிராமங்கள், மாவட்டம், பிராந்தியம், தேசம் ஆகிய பகுதிகளில் பருத்தி உற்பத்தி பற்றிய புள்ளிவிவரங்கள், பருத்தி உடைகளின் ஏற்றுமதி இறக்குமதி பற்றிய விவரங்கள். கிராமம், மாவட்டம், பிராந்தியம், தேசம் ஆகியவற்றின் மக்கள் தொகை, கைத்தொழிலில் ஈடுபடும் மக்களின் எண்ணிக்கை. விவசாயம் நடக்கும் பகுதிகள்: பருத்தி, கோதுமை முதலானவை

இவை பற்றிய எண்கள், புள்ளிவிவரங்கள், அதை எழுதும் விதம். (பெரிய எண்களின் கூட்டல், கழித்தலுக்கான எண்களை இவற்றில் இருந்து பெற்றுக்கொள்ளலாம்).

பெருக்கல், வகுத்தல் கணக்குகளை எளிய வழியில் செய்ய உதவும் வகையில் அதே எண்களைக் கொண்டு கூட்டல், கழித்தல் செய்து பார்த்துக் கற்றுத்தரவேண்டும். தக்ளிகள், பஞ்சு இழைகள், மாணவர்களிடமிருந்து பெறப்பட்ட பஞ்சு பொதிகள், நூல் கண்டுகள் ஆகியவற்றைப் பயன்படுத்தியும் இந்தக் கணக்குகளைச் செய்து பார்க்கலாம்.

எடை, நீள அகலம் முதலான அளவீடுகளின் அட்டவணைகளை கைத்தொழில் தொடர்பான நேரடிப் பயிற்சிகளில் இருந்து கற்றுக்கொள்ள்ளவேண்டும். உருளை, கூம்பு, கோளம் போன்ற திட பொருள்களின் வடிவங்களை ராட்டை தொடர்பான தகவல்களை அடிப்படையாகக் கொண்டு புரியவைக்கவேண்டும். பஞ்சு, பருத்தி விதைகளின் குவியல் இவற்றைக் கொண்டு கால், அரை, முக்கால் என அளவுகளைக் கற்றுத் தரவேண்டும். வகுப்புவாரியாக நூல் நூற்றுக் கொடுக்கும் மாணவர்களுக்கான சம்பளம், நூற்றுக் கிடைக்கும் நூலின் அளவு ஆகியவற்றின் அடிப்படையில் ஏறுவரிசை, இறங்குவரிசை ஆகியவற்றைக் கற்றுத் தரவேண்டும்.

சமூகப் பாடங்கள்

பௌத்த இந்தியாவில் உடைகள் - புத்த பிக்குகளின் உடை. பழங்கால பாரசீகம், கிரேக்கம். பழங்காலத்தில் இருந்த உடைகளின் அழகு மற்றும் எளிமை. உடைகளின் முக்கியத்துவம், விவரணைகள்

(பணி நேர உடை, ஓய்வு நேர உடை, தூக்க நேர உடை). கிராமங்களில் உற்பத்தியாகும் உடையின் அளவு. ஒரு நபருக்கு எவ்வளவு என்ற கணக்கு. இறக்குமதியாகும் உடையின் அளவு.

பொது அறிவியல்

பருத்தி விதையில் இருந்து முளைத்து வருவது மற்றும் பலவகையான பரிசோதனைகள். பருத்தி விதைகள் பரவும் விதம். மனிதர்கள் எந்த அளவுக்கு, பருத்தியைச் சார்ந்திருக்கிறார்கள். ஆடைகளைச் சுத்தமாக வைத்துக்கொள்வது எப்படி? கிராமங்களில் கிடைக்கும் சலவைப் பொருட்களைப் பயன்படுத்தி துணிகளைத் துவைக்கும் விதம்.

ஓவியம்

பழங்குடி மக்களின் ஆடைகளின் ஓவியங்கள்.

தாய் மொழி

கைத்தொழிலில் பல்வேறு செயல்பாடுகள் பற்றிய வாய் மொழி விளக்கம்; கைத்தொழில் தொடர்பான விதிமுறைகளை மௌனமாக வாசித்துப் புரிந்துகொள்ளுதல். பிற பாடங்களில் இருக்கும் தொடர்புடைய பகுதிகளை மொழிப் பயிற்சிக்குப் பயன்படுத்திக் கொள்ளுதல். அன்றாடம் மேற்கொள்ளும்

கைத்தொழில் தொடர்பான ஆவணங்களைப் பராமரித்தல்.

வகுப்பு – 4

கணிதம்

கைத்தொழிலில் ஈடுபடுபவர்களின் எண்ணிக்கை, உற்பத்தி, ஏற்றுமதி, இறக்குமதி போன்ற புள்ளிவிவரங்களில் இருக்கும் பெரிய எண்களைப் பயன்படுத்தி கணிதப் பாடங்களை, பயிற்சிகளைச் செய்யவேண்டும். கைத்தொழில் மூலம் சம்பாதிக்கும் சம்பளத்தைப் பயன்படுத்திக் கூட்டல், பெருக்கல் கணக்குகளைக் கற்றுக்கொடுக்கவேண்டும். அடிப்படைக் கைத் தொழில் தொடர்பான வரவு செலவுகளைப் பதிவேட்டில் எழுதிக் கற்றுக்கொள்ளலாம்.

சமூகவியல்

பழங்காலத்தில் இந்திய நெசவுத் தொழில்.

கிராமங்கள், மாவட்டங்கள் ஆகிய பகுதிகளில் துணி உற்பத்தி, நெசவு, நூற்பு தொடர்பான விரிவான தகவல்களைக கற்றுத் தரவேண்டும்.

மாவட்டங்களில் துணி, உடை உற்பத்தி செய்யப்படும் மையங்கள்.

இந்திய வரலாற்றில் நெசவுத் தொழில் ஆற்றிய பங்கு. இந்தியாவில் இருந்து மேற்குலகுக்கு துணிகள் கொண்டு செல்லப்பட்ட வர்த்தகத்தின் முக்கியத்துவம். கடல் பாதைகளைக் கண்டுபிடிக்க அவை தூண்டுதலாக இருந்த விதம்.

கிராமங்கள், மாவட்டங்களில் நெசவுத் தொழிலில் ஈடுபடுபவர் களின் எண்ணிக்கை; மொத்த துணிவகைகளை உற்பத்தி செய்யத் தேவைப்படும் எண்ணிக்கை; துணி உற்பத்தி முறையில் இருக்கும் பல்வேறு வகைகள், ஒவ்வொன்றுக்கும் தேவைப்படும் நபர்களின் எண்ணிக்கை. நெசவாலைகள், நூற்பாலைகள், கிராமங்களில் இருந்து நகரங்களுக்கு நடக்கும் இடப்பெயர்வு, அதன் அளவு, அபாயங்கள். முறையான திட்டமிடலின் அவசியம்.

பொது அறிவியல்

பருத்தி செடி வளர்ப்பு தொடர்பான பரிசோதனைகள்.

பருத்தி இழைகள், பஞ்சு இடைவெளிகளில் இருக்கும் காற்று, வெப்பத்தை கடத்தா தன்மை, மெத்தை, போர்வை தயாரிப்பு.

ஓவியம்

சமூகவியல் பாடம் தொடர்பான தொழில்கள், நிகழ்வுகள் பற்றிய போஸ்டர்கள், சார்ட்கள்

தாய் மொழிப் பாடம்

மேலே இடம்பெற்றிருக்கும் சமூகவியல் பாடங்கள் தொடர்பான வாய்மொழி விவரணைகள், உரையாடல்கள், சொற்பொழிவுகள் நிகழ்த்திப் பயிற்சி பெறவேண்டும்.

பாடப் புத்தகங்களிலும் துணைப் பாடங்களிலும் இடம்பெற்றிருக்கும் பாடங்களைப் படித்து மொழிப் பயிற்சி பெறவேண்டும்.

சமூகவியல் தொடர்பான தகவல்கள், தரவுகள் இவற்றை எழுதுதல். கைத்தொழில் மற்றும் விஞ்ஞான ஆய்வுகள் பற்றி விவரித்து எழுதுதல்; மாவட்ட நிர்வாக மையம், கிராம பஞ்சாயத்து அலுவலகம் ஆகியவற்றுக்குக் கடிதம் எழுதிப் பழகுதல்.

அடிப்படைக் கைத்தொழிலில் தனி நபர் மற்றும் ஒட்டுமொத்த வகுப்பின் செயல்பாடுகள் தொடர்பான ஆவணப் பதிவேடு தயாரித்தல்.

வகுப்பு : 5

கணிதம்

சம்பளக் கணக்கு, நூற்ற பஞ்சு நூலின் அளவு, ஆண்டு உற்பத்தி, செலவுகள் இவை தொடர்பான நடைமுறை கணக்குப் பயிற்சிகள்.

அடிப்படைக் கைத்தொழில் மற்றும் கூட்டுறவு அங்காடியின் வரவு செலவு தொடர்பான பதிவேடு நிர்வகித்தல்.

சமூகவியல்

அரேபியாவில் உடைகள் எப்படி உற்பத்தி செய்யப்பட்டன; இறைத்தூதரின் எளிய உடை எப்படியாக இருந்தது?

இந்திய-இஸ்லாமிய உடைகள்; துணி உற்பத்தி, தயாரிப்பில் ஏற்பட்டிருக்கும் முன்னேற்றங்கள்; நெசவு, சாயம் ஏற்றுதல், ஆடை அலங்காரங்கள், உருவங்கள் அச்சிடுதல்; தரை விரிப்பு தயாரித்தல். பிரதான துணி விற்பனை மையங்கள். தட்பவெப்பநிலை, பூகோள அமைப்புகள் பருத்தி உற்பத்தி மற்றும் உடை தயரிப்பில் ஆற்றும் பங்களிப்பு; அரசின் சலுகைகள், ஆதரவுகள். தரை வழி மற்றும் கடல் வழியிலான ஆடை வணிகப் பாதைகள். மேற்குலகில் செழிக்கும் ஆடை வணிகம். தனியார் மற்றும் அரசு நெசவு ஆலைகள்.

பருத்தி, கம்பளி உற்பத்தி தொடர்பாக உலகின் பல்வேறு பகுதிகளில் மேற்கொள்ளப்படுபவை.

காதி உடை உற்பத்தி மற்றும் விற்பனைக்கான கூட்டுறவு மையங்கள் அமைப்பதற்கான சாத்தியக்கூறுகள். மாவட்டத்தில் காதி உடைகள் உற்பத்தி மற்றும் விற்பனை வாய்ப்புகள். இன்றைய இந்தியாவில் காதி துணிகளின் அவசியம்.

பொது அறிவியல்

பருத்தி செடி வளர்ப்பு தொடர்பான பயிற்சிகள்.

ஓவியம்

சமூகவியல் பாடங்கள், பொது அறிவியல் பாடங்கள் தொடர்பான நிகழ்வுகளை ஓவியமாக வரைந்து பழகலாம்.

பருத்தி இலை, பருத்தி காய் போன்றவற்றின் ஓவியங்களை பென்சில், பேனா, வண்ணம் கொண்டு வரைந்து பழகலாம்.

தாய்மொழி மற்றும் ஹிந்துஸ்தானி மொழி

இந்த மொழிகள் தொடர்பான பாடங்கள், துணைப்பாடங்கள் உருவாக்கித் தரவேண்டும்.

காதி உற்பத்தி, விற்பனை, கூட்டுறவு மையங்கள் அமைப்பதன் சாத்தியக்கூறுகள் தொடர்பாக பல்வேறு அரசு அமைப்புகளுக்கு கடிதங்கள் எழுதுதல்.

கைத்தொழில் தொடர்பான ஆவணப் பதிவேடு பராமரித்தல்.

கைத் தொழிலில் பயன்படுத்தப்படும் கருவிகள், செயல்பாடுகள் தொடர்பான ஹிந்துஸ்தானி பெயர்கள், வாக்கியங்கள்.

வகுப்பு – 6

கணிதம்

லாப நஷ்டம் தொடர்பான கணக்குகளில் பயிற்சி பெற பள்ளியில் இருக்கும் மாதிரி கடைகளில் பணி புரிந்து கற்றுக் கொள்ளுதல்.

கைத்தொழிலில் ஏற்படும் இழப்பு விகிதங்கள்.

ராட்டை அளவுகள் மூலம் கணிதப் பாடங்களைக் கற்றுக் கொள்ளுதல். கன சதுரங்கள், கன செவ்வகங்கள், உருளை இவற்றின் கொள்ளளவு பரப்பளவு கணக்கிடுதல்.

சமூகவியல்

மேற்குலகில் பருத்திக்கு இருக்கும் முக்கியத்துவம். இந்தியாவில் பிரிட்டிஷாரின் ஆக்கிரமிப்பு பற்றிய முழு வரலாறு.

கம்பள விரிப்புகளுக்குத் தேவைப்படும் துணியின் விலை. உடைகள் தயாரிப்புக்கான விலை.

கிழக்கிந்திய வர்த்தக நிறுவனங்களின் வருகை; ஆரம்பகட்ட வர்த்தக சலுகைகள்; ஐரோப்பிய நிறுவனங்கள் மற்றும் தொழிலாளர்கள்; கிழக்கு இந்திய நிறுவனங்கள் மற்றும் இந்திய வணிகர்கள்; இந்திய விவசாயிகள், கைத்தொழில் கலைஞர்கள், வணிகர்கள் ஆகியோர் ஏய்க்கப்பட்ட விதம்; தொழில் புரட்சி; இந்திய வர்த்தகத்துடனான போட்டி; இந்திய துணிகளுக்கு எதிராக இங்கிலாந்தில் எடுக்கப்பட்ட நடவடிக்கைகள்.

இந்திய தேசிய விடுதலைப் போராட்டம்; சுதேசி இயக்கம்; காந்திஜியின் தலைமையில் சுதேசி இயக்கம். இந்திய விடுதலையின் சின்னமாக ராட்டை, காதி. காதியின் பொருளாதாரம்.

கிராமங்களில் இருக்கும் பெரியோருக்கான கைத்தொழில் பயிற்சி மையம்.

பல்வேறுவிதமான பருத்திவகைகள். அவை உலகில் எங்கெலாம் வளர்க்கப்படுகின்றன. பல்வேறுவிதமான பருத்திவகைகளின் மாதிரிகளைச் சேகரித்தல்; மண், ஈரப்பதம், வெப்பம் போன்றவை பருத்தி வளர்ச்சிக்கு உதவும் விதம். பூகோள அமைப்புகள் ஏற்படுத்தும் தாக்கம். இந்தி மற்றும் சர்வதேச நாடுகளில் பருத்தி ஏற்றுமதி, இறக்குமதி தொடர்பான தகவல்கள்.

துணி சந்தைகள், கச்சாப் பொருட்கள். அபிசினியா, மஞ்சூரியா, சீனா ஆகியவற்றைக் கைப்பற்றியதால் வர்த்தகத்தில் ஏற்படும் மாற்றங்கள்.

பொது அறிவியல்

நீரின் பௌதிகத் தன்மைகள். அதன் வேதியல் கூறுகள். நீர்ப்பாசனத்துக்கான எந்திரங்கள். பருத்தியின் பூகோளம் மற்றும் வகைகள். பருத்தி, பூச்சிகள், நல்ல கெட்ட புழுக்கள் பற்றிய பாடங்கள், பரிசோதனைகள்.

ஓவியம்

காதியின் பயன்பாட்டை அதிகரிக்கும் வகையில் போஸ்டர்கள் தயாரிப்பு. கைத் தொழில் தொடர்பான ஓவியங்கள்.

தாய் மொழி மற்றும் இந்துஸ்தானி

பொது விஞ்ஞானம், சமூகவியல் பாடங்கள் தொடர்பாக சுவாரசியமான பாடங்கள், துணைப் பாடங்களைக் கொண்டு மொழிப் பயிற்சி தரலாம். கைத்தொழில் மற்றும் பிற செயல்பாடுகளை அடிப்படையாக வைத்து கட்டுரைகள் எழுதுதல், உரையாடுதல் போன்றவற்றுக்கான பயிற்சிகள் தரலாம்.

வகுப்பு – 7

கணிதம்

வட்டி விகிதங்கள் மற்றும் வட்டி கணக்கிடுவது பற்றிய பயிற்சி. பள்ளிகளில் சேமிப்பு வங்கி நடத்தி இந்த வட்டி விகிதங்களை எளிதில் புரியவைக்கலாம்.

அடிப்படைக் கைத்தொழிலில் வேகம், கால அளவு, செய்து முடித்த வேலை சார்ந்து நிஜமான கணக்குகள் செய்து பார்க்கலாம்.

கைத்தொழிலிலும் பள்ளிப் பாடங்களிலும் மாணவர்கள் அடைந்திருக்கும் முன்னேற்றத்தை கிரஃப் போல் வரைந்து பார்க்கலாம். குறுக்குவெட்டு, நெடுக்குவெட்டு நூல் நூற்பு, நூல் சுருள் இவற்றின் தொடர்புகள்.

சமூகவியல்

நெசவுத் தொழிலில் தொழில் புரட்சியின் தாக்கம்.

நெசவுத் தொழிலில் எந்திர விஞ்ஞான மாற்றங்களினால் ஏற்பட்டிருக்கும் தாக்கம்.

பருத்தி விளைவிக்கும் இடங்கள், துணிகளின் சந்தைகள் அடிப்படையில் தொழில்மயமாக்கம் மற்றும் ஏகாதிபத்திய விரிவாக்கம்.

உலகப் போர்.

பருத்தி விளையும் இடங்கள், ஏற்பட்டிருக்கும் மாற்றங்கள். உலக அளவில் பருத்தி உற்பத்தி, இறக்குமதி ஏற்றுமதிகள்.

பருத்தி விளைவிக்கும் விதங்கள். தனிநபர் மற்றும் கூட்டுப்பண்ணை

பயிராக்கம். குத்தகை முறைகள். எகிப்து, அமெரிக்கா போன்ற நாடுகளில் பருத்தி உற்பத்தி. அடிமை முறை. உள்நாட்டுப் போர்.

இந்தியா மற்றும் பிற நாடுகளில் நெசவுத் தொழில் வரலாறு.

பொது அறிவியல்

சாயம் ஏற்றுதல், வெண்மையாக்குதல், துணிகளில் உருவங்கள் அச்சிடுதல். நூற்பு, நெசவு தொடர்பான புதிய எந்திரங்கள், புதிய வழிமுறைகள்.

ஓவியம்

கைத்தொழில் வகுப்பில் உருவாக்கும் பொருட்களின் முழுமையான மற்றும் குறுக்கு வெட்டு ஓவியங்கள்.

தாய்மொழி மற்றும் ஹிந்துஸ்தானி

ஆறாம் வகுப்பில் கற்றுக் கொண்டவற்றின் தொடர்ச்சி.

* 9 7 8 9 3 8 6 7 3 7 9 6 0 *

FCW - #0094 - 061026 - C0 - 216/140/10 - PB - 9789386737960 - Matt Lamination